ಎದೆ ಬರಹ

-: ಒಂದು ಕವನ ಗುಚ್ಛ :-

ನಾಗರಾಜ ಕ್ಯಾಸನೂರು

ಎದೆ ಬರಹ: ನಾಗರಾಜ ಕ್ಯಾಸನೂರು ಇವರಿಂದ ರಚಿಸಲಾದ ಕನ್ನಡ ಪದ್ಯಗಳ ಒಂದು ಗುಚ್ಛ. 2022ರಲ್ಲಿ ಪ್ರಕಟಿಸಲಾಗಿದೆ.

ಒಟ್ಟು ಪುಟಗಳು: 82

ಪರಿವಿಡಿ

----

1. ಎದೆ ಬರಹ

ಅರೆಬರೆ ಜ್ಞಾನ, ತುಸು ವಿಜ್ಞಾನ
ತುರುಕಿ ಬರೆದೆ ಪದ್ಯಗಳನು ನಾ
ನಿಮ್ಮನೇನೂ ಕಾಡಲಿಕ್ಕಲ್ಲ
ಸುಮ್ಮೆ ಕೀಟಲೆ ಮಾಡಲಿಕ್ಕಲ್ಲ
ಹೊಗಳಲೆಂದು ಕಾಯಲಿಕ್ಕಲ್ಲ
ಸುಖದಲಿ ಅರಸಿದ ದುಃಖಿಕ್ಕಲ್ಲ
ಮೊಸರಲಿ ಕಲ್ಲ ಹುಡುಕಲಿಕ್ಕಲ್ಲ

    ಪದ್ಯಗಳ ಓದಿ ಇಷ್ಟವಾದರೆ
    ಮಧ್ಯವೇ ಬಿಡಿ ಕಷ್ಟವಾದರೆ
    ಅಲ್ಲಲ್ಲಿ ರಾಜಿ ಮಾಡಿಕೊಳ್ಳಿ
    ಹಗುರವಾಗೇ ತೆಗೆದುಕೊಳ್ಳಿ

ಇರಲೇಬೇಕು ತಪ್ಪು ಗಿಪ್ಪು
ಗುಲಗಂಜಿಯಲೇ ಇದೆ ಕಪ್ಪು
ಓದಿ - ಆಗಬಹುದು ಒಪ್ಪು
ಇದು ನನ್ನ ಎದೆಯ ಬರಹ
ಅಂದುಕೊಳ್ಳಿ ಒಂದು ತರಹ.

2. ಮಹಿಮೆ

ಮನೆಯ ಮುಂಬಾಗಿಲಲಿ
ಬೆರಗುಗೊಳಿಸುವ ಮಹಿಮೆ -
ಮಳೆಬಿಲ್ಲು ಗೋಚರ
ಮಾಮರದ ಮರೆಯಲ್ಲಿ
ಮೈಮರೆತು ಮಾರ್ನುಡಿವ
ಕುಹೂ ಕುಹೂ ಇಂಚರ
ಅನಂತ ಅಗಸದ ಅಂಚನಳೆಯಲು ಹೊರಟ
ಜೋಡಿ ಬಾನಾಡಿ ಸಂಚಾರ

3. ಯಾರಿಹರೆನ್ನ ಮಂದಿರದಿ?*

ಯಾರಿಹರೆನ್ನ ಮಂದಿರದಿ?
ಎಲ್ಲಾ ದ್ವಾರ ತಾನೇ ತೆರೆದು
ಎಲ್ಲಾ ದೀಪ ತಾನೇ ಉರಿದು
ಕತ್ತಲು ಕಾಳಪಕ್ಷಿಯಂತೇ
ದೂರ ದೂರ ಹಾರಿದೆ

* ಪರಮಹಂಸ ಯೋಗಾನಂದರ 'Who is in my temple?'
ಗೀತೆಯ ಅನುವಾದ

4. ಎದೆಯ ಬಾಗಿಲು*

ಎನ್ನ ಎದೆಯ ಬಾಗಿಲನು
ತೆರೆದೇ ಇರುವೆ ಬಾರೆಂದು
ಬಂದೀಯಾ ತಂದೆ? ಬಂದೆಯಾ ತಂದೆ?
ಒಂದು ಬಾರಿ ನೀ ನಿಂದು ಮುಂದೆ?
ದಿನಗಳೆನ್ನವುರುಳುವುವೆ ನಿನ್ನ ನಾನು ಕಾಣದೇ?
ಇರುಳು - ಹಗಲು, ಇರುಳು – ಹಗಲು
ಕಣ್ಣು ತೆರೆದೇ ಕಾಯುತಿರಲು

ಪರಮಹಂಸ ಯೋಗಾನಂದರ 'Who is in my temple?'
ಗೀತೆಯ ಅನುವಾದ

5. ಆರಿಸದಿರು*

ಆರಿಸದಿರೆನ್ನ ಪ್ರೇಮಸಾಗರವ
ಬಯಕೆಗಳ ಬೆಂಕಿ ಜ್ವಾಲೆಯಲಿ
ಚಿತ್ತ ಚಾಂಚಲ್ಯವೆಂಬ ತಾಪದಲಿ
ನಿನಗೇ ಹಾತೊರೆದೆ, ಕಣ್ಣೀರ ಕರೆದೆ
ಇನ್ನಿಲ್ಲ ಅಳುವೆನಗೆ, ನೀನೇ ಎನಗೊಲಿದೆ

ನಿನ್ನ ಕಂಡೆ ನಾ ಮನದ ಸೀಮೆಯ ಹಿಂದೆ
ಅಡಗುವರೇ ಎನ್ನ ಪ್ರಭು, ಅಡಗದಿರಿನ್ನು
ಬಿಡುವರೇ ಎನ್ನ ಪ್ರಭು, ಬಿಡದಿರಿನ್ನು

* *ಪರಮಹಂಸ ಯೋಗಾನಂದರ Donot dry the ocean of my love' ಗೀತೆಯ ಅನುವಾದ*

6. ಆ(ಲೀ)ಲೆ ಮನೆ

ಕಾಲದ್ ಬಡ್ಗಿ ಕೋಲಿನ್ ಬಡಿತಕೆ
ಬಾಲ ಬಡ್ಕೊಂಡ್ ಕ್ವಾಣ
ಸುತ್ತಿದಲ್ಲೇ ಸುತ್ತುತಾ ಇತ್ತು
ತಿರುಗ್ತಾ ಜೀವನದ್ ಗಾಣ

ಗಾಣದ್ ಸಂದಿಲಿ ಸರಿದಾಡ್ತಿತ್ತು
ಹೆಣಗ್ತಾ ಕಬ್ಬಿನ್ ಜೀವ
ಕರ್ಮದ್ ಹಿಡಿತ ಹಿಂಡ್ತಾ ಇತ್ತು
ಅಸ್ತಿಸ್ಟ್ ಕೊಟ್ಟು ನೋವ

ಕುಂಟೆ ದೆವ್ವ ಒಲೆಗವಿಯೊಳ್ಗ್
ಚಾಚ್ಕೊಂಡ್ ಕುಂತು ಕಾಲು
ಕೆಂಪಗ್ ನಾಲ್ಗೆ ಹೊರಹಾಕ್ತಿತ್ತು
ಕುದೀತಿತ್ ಮೇಲ್ಗಡೆ ಹಾಲು

ಬೆಲ್ಲ ಬೇಯೋ ಕೊಪ್ಪರಿಗೆಯೊಳ್ಗೆ
ಚಂದ್ರನ್ ಬೆಳಕಿನ್ ಚೂರು
ಹೊಗೆಹೊಗೆ ಧಗೆಧಗೆ -ಬಗೆಬಗೆ ವಿಭ್ರಮ
ಅನುಕ್ಷಣದ್ ಅನುಭವ ನೂರು

ಬಡಗಿ ರಾಗದ್ ಕೂಗಿನ್ ಬೆಡಗಿಗೆ
ತೂಕಡಿಸ್ತಿತ್ತು ಕಣವು
ನಿದ್ದೆ ಮಂಪರು ಮೀರಿ ಕೂರಂತ
ಎಚ್ಚರಿಸ್ತಿತ್ತು ಅರಿವು

ಮುಂಜಾನೆ ಮಂಜಿನ್ ಮಾಯದ್ ಮರೇಲೇ
ಕಂಡಿತ್ ಜೊಂಡಿನ್ ಲೋಕ
ಅರಿವೆಲಿ ಸೋಸಿ ಪರಿಪರಿ ಕುದಿಸಿ
ಬಂದೀತ್ ಬೆಲ್ಲದ್ ಪಾಕ!

ಮುತ್ತುಗದ್ ಎಲೆ ಕೊಟ್ಟೆಯೊಳಗೆ
ಜೋನಿ ತುಂಬ್ಕೊಂಡ್ ಕೊಂಚ
ಅಸ್ತವ್ಯಸ್ತೇ ತಿನ್ನಕ್ ಬೇಕು
ಕಬ್ಬಿನ್ ಸಿಪ್ಪೆ ಚಮ್ಚ!

7. ಮೂರು ಗಳಿಗೆ

ಭೂಮಿ ತಾಯಿ ಹೊರಳುತಿದೆ

ಕಾಲಚಕ್ರ ಉರುಳುತಿದೆ

ವರುಷ ನೆಗೆದು ಕ್ಷಣದಿ ಮುಗಿದು

ಬಾಳ ಮೂರು ಗಳಿಗೆ ಸವೆದು

ಚೊಗಸೆಲಿದ್ದ ನೀರ ರಾಶಿ

ಬೆರಳ ನಡುವೆ ಹೋಯ್ತು ಸೋಸಿ

ಕಷ್ಟ ನಷ್ಟ ಗೊತ್ತು ಬಿಡಿ

ಹೇಳಿಕೊಂಡು ಅತ್ತುಬಿಡಿ

ಆಡೋಕ್ ಸುಲಭ - ಬರೀ ಮಾತು

ಸಂಬಂಧಗಳ ಕಷ್ಟ ಗೊತ್ತು

ಹಲ್ಲೇ ನಾಲಗೆ ಕಚ್ಚೇತು

ರೋಮ ಮೈಯ ಚುಚ್ಚೇತು

ಎಲ್ಲೂ ಕೂಡಿ ಕಳೆಯಬಹುದೇ?

ಬಾಳ ನೆರಳ ಅಳೆಯಬಹುದೇ?

ಸಾಕು ಬಿಡಿ ಯಾಕೆ ಚಿಂತೆ

ನಾಕು ದಿನದ ಲೋಕ ಸಂತೆ

ಖಾಲಿಯಾದರಾಯ್ತು ಬುತ್ತಿ

ಕಳೆದು ನೆಲದ ಖುಣದ ಮುಕ್ತಿ

ನಾಲ್ಕು ಜನರ ಹೆಗಲ ಹತ್ತಿ

ತಿಳಿಯದೆಲ್ಲಿಗೋ ಭಢ್ತಿ

ಸಿಟ್ಟು ಕಟ್ಟುನಿಟ್ಟು ಬಿಟ್ಟು
ಕೆಟ್ಟ ಮೂಡು ಕಟ್ಟೆ ಇಟ್ಟು
ಹಾಯ್ ಎನ್ನಿ ಹೋಯ್ ಎನ್ನಿ
ಖುಶಿಯ ತಿನಿಸ ಹಂಚಿ ತಿನ್ನಿ

8. ಇಲಿ - ಗಲಿಬಿಲಿ

ವಿಜ್ಞಾನಿ ಮಕ್ಕಳ ಮುಂದೆ ಪ್ರಯೋಗ ಮಾಡಿದ:
ಹೆಣ್ಣಿಲಿಯ ಬೋನು ಕೂಡಿ
ಜತೆಗೆ ಇಡ್ಲಿ ತಟ್ಟೆ ದೂಡಿ
ಹಸಿದ ಗಂಡಿಲಿ ಬಿಟ್ಟು ಹತ್ರ
ಹುಡುಕುತಿದ್ದ ಏನೋ ಉತ್ರ.

    ಗಂಡು ಇಡ್ಲಿ ತಿಂದು ನೇರ
    ಮರಳಿ ಬಂತು ಹೊಟ್ಟೆ ಭಾರ
    ಬೇರೆ ಬೇರೆ ತಿಂಡಿ ಇಟ್ರೂ
    ಸಾರಿ ಸಾರಿ ಕಾಟ ಕೊಟ್ರೂ
    ನೋಡಲಿಲ್ಲ ಹೆಣ್ಣ ಕಡೆಗೆ
    ಸಾಕು ಅದಕೆ ಬಾಯಿ ಬಡಿಗೆ!

ವಿಜ್ಞಾನಿ...ವಿಚಾರ ಮಾಡಿ
ಹೇಳಿಬಿಟ್ಟ ಮಕ್ಕೇ ನೋಡಿ
ಹೊಟ್ಟೆ ಬಹಳ ಮೊದಲು - ಮುಖ್ಯ

ಬೇಡ ಜೀವಕೆ ಬೇರೆ ಸಖ್ಯ.
ಹುಡ್ರು ಕಣ್ಣು ಕಣ್ಣು ಬಿಟ್ಟು
ಯಾಕೆ ಬೇಡ ಹೆಣ್ಣು ಕೊಟ್ರು
ನೋಡಲಿಲ್ಲ ಆಕೆಯಿಂದ
ತಿಂದು ಹೊಂಟಿತು - ಎಂಥ ಅಂಥ!
ಆಗ ಪೆದ್ದ ಎದ್ದು ಅಂದ:
ಬುದ್ಧೀ, ಕೇಳಿ ನನ್ನದೊಂದ
ಇದ್ರಲ್ಲಿಲ್ಲ ಏನೂ ಮೋಡಿ
ಹೆಣ್ಣಿಲಿ ಬದಲು ಮಾಡಿ ನೋಡಿ!

9. ಒಗಟು

ಮಂಗ ಹಿಡಿದ ಬೆಂಕಿತುಣುಕು
ಹೆಂಚ ಮೇಲೆ ಹೊಂಚಿ ಇಣುಕು
ಬೆಳಕು ಬಿಡದ ಬೆಳ್ಳಿ ರೂಪ
ಗಾಳಿಯಲ್ಲಿ ತೇಲೋ ದೀಪ
--
ಯಾವ ಅಣ್ಣ ಮಾಡಿದ ಬಣ್ಣದ ಕಣ್ಣ
ಮುಟ್ಟಾಟ ಅತ್ತ ಇತ್ತ ಸುತ್ತ ಮುತ್ತ
ಹೂವ ಹತ್ತಿ ಏನೋ ಬಿತ್ತಿ
ಬಂತೇ ಇಂಥ ಮತ್ತು
ಮುಟ್ಟಿ ಹೂವಿನ ಹೊಟ್ಟೆ

ಇದೋ ಹಾರಿಬಿಟ್ಟೆ!

ತುಂಡು ತುದಿಗೆ ಮುಂಡು ಸುತ್ತಿ

ಪುಂಡು ಹುಡ್ರು ಊರು ಸುತ್ತಿ

ಬೀದಿಯಲ್ಲಿ ಬೆಳಕು ಬಿತ್ತಿ

ಹಿಡಿಯಲಾರದ ಹೋಳಿಗೆ

ಹಂಚಿಬಿಟ್ಟರು ಊರಿಗೆ

10.   ಹರಿವ ಹೊಳೆ

ಜೀವಂತ ಹೊಳೆಯಲೀಸುತ್ತ ನಡೆ

ಜೀವನದ ಕಲೆಯ ಕಲಿಯುತ್ತ ನಡೆ

    ತಪ್ಪು ಸರಿಸುತ್ತ, ಸರಿಯ ಅರಸುತ್ತ

    ತಪ್ಪು-ಸರಿ ಸುತ್ತ ತಿರುತಿರುಗಿ ಸುತ್ತುತ್ತ

ಅರಿಯದಾಳದ ಸುಳಿವು;

ಸಿಕ್ಕ ಅರಿವೇ ತರವು

    ಇಲ್ಲಿ ಬದುಕಿಗೆ ಯಾರೂ ಬರೆದಿಲ್ಲ ನಕಾಶೆ.

    ಅಲ್ಲಲ್ಲಿ ನಸುಬೆಳಕು ಹೊಳೆವಂತೆ ಭರವಸೆ

ದೊಡ್ಡವರ-ಚಿಕ್ಕವರ,

ಗೆದ್ದವರ-ಮಿಕ್ಕವರ

ಬಿದ್ದವರ-ಎದ್ದವರ

ಬದುಕಿನುದ್ದಕೂ ಬೆಸೆದಿದೆ

ಆಶೆ-ನಿರಾಶೆ.

ಇರಬಹುದು ಬರಲಹುದು ಎಲ್ಲರೊಳಗಲೂ ಕೊರಗು
ಹೃದಯದಾಗರದಲ್ಲಿ ಹಿಂಡಿ ಹೀರುವ ಮರುಗು

ಹಲವರೆದೆಯನು ಮಿಕ್ಕಿ
ಚೀರೀತು ಒಳಹಕ್ಕಿ
ಕೆಲವರಾಳದ ಮಾತು
ನಿಂತೀತು ದನಿಸೋತು
        ಎಲ್ಲ ತಪ್ಪು ಆದೀತು ಒಪ್ಪು
        ಕಲಿವುದಿದೆ ಬರುವನಕ ಮುಪ್ಪು
ಎದೆಯಲಿ ದಯೆ ಸೊರೆಯುವುದಿದೆ
ಬಲುಮೆ ಸುಧೆಯ ಕರೆಯುವುದಿದೆ
ಗೆಲುವ ಭಲವು ಬೆಳೆಯುವುದಿದೆ
ಒಡಲ ನುಡಿಗೆ ಮಿಡಿಯುವುದಿದೆ
        ಕೈಚೆಲ್ಲಿ ನಿಂತವರನೆತ್ತಲಿಕೆ ಕೈ ಬರಲಿ
        ಸೋತವಂಗಾಸರೆಗೆ ಸಾಂತ್ವನದ ಸಿಹಿ ಇರಲಿ
ತುಟಿಯ ತಡೆಗೋಡೆಯೊಡೆದಾಚೆ ಮಿಡಿಯಲಿ ಹೃದಯ
ಮುಗುಳು ನಗು, ಮೃದು ಮಾತು - ಹೊಸ ಆಸೆಯುದಯ.

        ತೊಳೆದು ಕೊಳೆ -ಹಳೆ ತೊಳಲು
        ಹೊಸಹೊಳೆಯಲಿ ತೇಲು
ಗುರಿಯೆಡೆ ಗುರಿಯಿಡು

ಹೃದಯದ ಹಾಡಿಗೆ ಕಿವಿಗೊಡು
        ಅಡಿ ಅಡಿ ಇಡುತಿರೆ ಕಡಿದಾದುದು ಕೂಡ
        ತಡೆಯಲ್ಲವು ಪಡೆಯುವೆ ನೀ ನೋಡ.
ಹೊರಗಣ ಘಟನೆ
ಬೆರಗಿನ ನಟನೆ -
ಅಳವಿನೊಳವಿಗೆ ನಿಲುಕದಂದು
ಅಳದಿರಳುಕದಿರು ನೊಂದು.
        ನೀ ಮಾಡುವ ಕ್ರಿಯೆ
        ನಿನ್ನೊಡಲ ಪ್ರತಿಕ್ರಿಯೆ
        ಅದು ನಿನ್ನದೇ ಸೃಷ್ಟಿ -
        ನಿನ್ನೆದೆಯ ಸ್ಪಂದನದಿ
        ಬಂದ ಅಂದದ ಚಿಟ್ಟೆ
        ಹಾರಬಿಡು ಮುಟ್ಟಿ.
ಮನ ನಿನ್ನದು ನಿನ್ನಾಣತಿಯಂತೆ
ಮಣೆಯಲು ಕುಣೆಯಲು ತೊರೆವುದು ಚಿಂತೆ.
        ಇರದುದು ಬೇಕೆಂಬುದು ಅಕ್ಕಸ - ಆಗ್ರಹ
        ಮರೆತೀತು ಎಣಿಸಲು ಸಿಕ್ಕ ಅನುಗ್ರಹ!
ಯಾಗವೂ ಯೋಗವೂ
ಭೋಗವೂ ಎಂತೂ
ಜಾಗೃತ ಪ್ರಜ್ಞೆ - ನೀಗಿ ಅವಜ್ಞೆ
ಅರಿವಿನಾಚೆಯ ಸ್ತರಕೆ
ವಿಸ್ತರಿಸುವುದಂತೆ.

11. ವಿಶ್ವರೂಪ ದರ್ಶನ

ಅನೇಕ ಮೊಗಗಳು, ಅನೇಕ ಕಂಗಳು

ಅನೇಕ ಅದ್ಭುತ ದರ್ಶನ ರೂಪಗಳು

ಅನೇಕ ದಿವ್ಯವಾದ ಆಭರಣಗಳು

ಅನೇಕ ಮೇಲೆತ್ತಿದ ಆಯುಧಗಳು

    ದಿವ್ಯ ವಸ್ತ್ರ ಮಾಲೆಗಳ ಧರಿಸಿರುತ

    ದಿವ್ಯ ಗಂಧಗಳಿಂದಾಗಿದೆ ಲೇಪ

    ಸರ್ವ ಆಶ್ಚರ್ಯಪೂರ್ಣ, ಕಾಂತಿಯುತ

    ಅವನನಂತ, ವಿಶ್ವತೋಮುಖರೂಪ

ಏಕಕಾಲದಲ್ಲಿ ಸಹಸ್ರ ಸೂರ್ಯರು

ಆಕಾಶದಲಿ ಆಗಿ ತೋರಲು ಉದಯ

ಪ್ರಕಾಶವೆಂತಿಹುದೋ ಆ ಸದೃಶ

ಸಾಕಾರ ಮಹಾತ್ಮರೂಪ - ಕಾಂತಿಮಯ

    ಅನಂತರ ವಿಸ್ಮಯದಲಿ ದಿಗ್ಭ್ರಾಂತ

    ಧನಂಜಯನು ರೋಮಾಂಚನಗೊಳಗಾಗೆ

    ತನ್ನ ಶಿರಬಾಗಿ ಪ್ರಣಾಮಗೈಯುತ

    ಎಂದನಿಂತು - ಕೈಮುಗಿದು ದೇವನಿಗೆ

ಕಂಡೆ ದೇವತೆಗಳ ನಿನ್ನ ದೇಹದಲಿ

ಎಣೆಯಿರದ ಜೀವಿಗಳ ಗಡಣಗಳನೂ

ಕಂಜಾಸನದಲಿ ಬ್ರಹ್ಮನ, ಈಶನ

ಕಂಡೆ ದಿವ್ಯ ಉರಗಗಳನು, ಖಡಿಗಳನು

ಅನೇಕವಿವೆ ತೋಳು, ಉದರ, ಮುಖ, ನೇತ್ರ

ಕಂಡೆ ಎಲ್ಲೆಡೆ ನಿನ್ನ ಅನಂತ ರೂಪ

ನಿನಗಿಲ್ಲ ಆದಿ, ಮಧ್ಯ, ಮತ್ತಂತ್ಯ

ಕಾಣುತಿಹೆ ವಿಶ್ವೇಶ್ವರ ವಿಶ್ವರೂಪ

ಕಿರೀಟ, ಗದೆ, ಚಕ್ರ ಧರಿಸಿ, ಪ್ರಕಾಶ

ಸುರಿವ ತೇಜೋರಾಶಿ ನಿನ್ನೆಡೆ ನೋಡೆ

ಮೀರುತ ಅಳತೆಗೆ, ಕಣ್ಣುಕ್ಕುವ ತೆರದಿ

ಉರಿವ ಅನಲ, ಅರ್ಕರ ದ್ಯುತಿ ಎಲ್ಲೆಡೆ

ಅನಂತವೀರ್ಯ, ಬುಡ, ನಡು, ತುದಿ ರಹಿತ

ಕಂಗಳು ಶಶಿ ರವಿ, ಬಾಹುಗಳನಂತ

ಕಂಡೆ ನಿನ್ನ ಉರಿ ಬೆಂಕಿ ಉಗುಳುವ ಮೊಗ

ನೀನಿಹೆ ತೇಜದಲಿ ವಿಶ್ವವ ದಹಿಸುತ

ಹೊಗುತಿವೆ ನಿನ್ನೊಳಗೀ ಸುರ ಸಮೂಹ

ಮುಗಿದು ಕೈ ಕೆಲರಿಹರು ಬೆಚ್ಚಿ ಬೇಡಿ

ಆಗಲೊಳಿತೆನುತ ಸಿದ್ಧ-ಮಹರ್ಷಿಗಣ

ಪೊಗಳಿ ನಿನ್ನ ಮಂತ್ರ-ಸ್ತುತಿಗಳ ಹಾಡಿ

ಬಹು ಮುಖ, ಕಂಗಳು, ಬಾಹು, ಪಾದ, ತೊಡೆ

ಮಹಾಬಾಹು, ನಿನ್ನ ಮಹಾರೂಪ - ಅಹ

ಬಹಳ ಉದರ, ಬಹು ಕರಾಳವು ದಾಡೆ

ಇಹ ನಿನ್ನ ಕಂಡಳಲಿದೆ ಜಗ, ನಾ ಸಹ

ತರತರ ವರ್ಣ - ಹೊಳೆದಿವೆ ನಭ ಮುಟ್ಟಿ

ತೆರೆದ ಬಾಯಿಗಳು, ಹೊಳೆವಗಲ ಕಣ್ಣ
ಪರಿ ನಿನದಿದ ಕಂಡದುರಿದೆ ಅಂತರ್ಯ
ಇರದೆನಗೆ ನೆಮ್ಮದಿ, ಧೃತಿ, ಹೇ ವಿಷ್ಣು
        ಕರಾಳ ದಾಡೆಗಳೊಡನೆ ನಿನ್ನ ಮುಖ
        ತೋರುತಲಿದೆ ಕಾಲಾಗ್ನಿಯ ಸದೃಶ
        ತರವಿದ ಕಂಡು ದಿಶೆಯರಿಯೆ, ಇರದು ಸುಖ
        ತೋರು ದಯೆ, ದೇವೇಶ ಜಗನ್ನಿವಾಸ
ಅವನಿಪಾಲರನೇಕರ ಪಡೆಗಡಣ
ಸರ್ವ ಧೃತರಾಷ್ಟ್ರಸುತರೂ ಕೂಡಿಹ
ಇವರ ಜತೆಯಲಿ ಭೀಷ್ಮ, ದ್ರೋಣ, ಕರ್ಣ
ಅವರೊಡನೆ ನಮ್ಮ ಯೋಧ ಮುಖ್ಯರು ಸಹ
        ಕರಾಳ ಹಲ್ಲುಗಳಿರುವ ಭಯಾನಕ
        ತೆರೆದ ಬಾಯಿಗಳ ತ್ವರೆಯಲಿ ಹೊಕ್ಕು,
        ಶಿರಗಳು ಕೆಲವರದು ಆಗುತಲಿ ಚೂರ್ಣ
        ತೋರುತಿವೆ ಹಲ್ಲುಗಳ ನಡುವಲಿ ಸಿಕ್ಕು

ಹೇಗೆಲ್ಲ ನದಿಗಳು, ಅನೇಕ ತೊರೆಗಳು
ಹೋಗುವುವೋ ಹರಿದು ಸಮುದ್ರಾಭಿಮುಖ
ಹಾಗೆ ಈ ಎಲ್ಲ ನರಲೋಕ ದೊರೆಗಳು
ಹೊಗುತಿಹರು ನಿನ್ನ ಬಾಯಲಿ ಉರಿವನಕ
        ಯಾವ ತರ ಉರಿವ ಜ್ವಾಲೆಗೆ ಪತಂಗ
        ಧಾವಿಸಿ ಬಹುವೇಗದಲಿಹುದೋ ನಾಶ

ಆ ವಿಧ ನಿನ್ನ ಬಾಯೊಳಗೆ ಜನ ಬೇಗ
ಸಾವಪ್ಪಲು ಮಾಡುತಿಹರು ಪ್ರವೇಶ
ಎಲ್ಲ ಎಲ್ಲೆಯಲಿ ಉರಿವ ಬಾಯ್ಗಳಲಿ
ಮೆಲ್ಲುತ ಲೋಕಗಳ ನುಂಗುತಲಿರುವೆ
ಝಳದಿಂದಾವರಿಸಿ ನಿನ್ನುಗ್ರ ರಶ್ಮಿ
ಎಲ್ಲ ಜಗವ, ಹೇ ವಿಷ್ಟು, ಸುಡುತಲಿವೆ
	ಕಾಲನೇ ನಾನು, ಭಗವಂತ ನುಡಿದ -
	ಅಳಿಸಲು ಇಹ ಜನರ - ನಾ ಪ್ರವೃತ್ತ
	ಉಳಿಯರು ಯಾರೂ ನಿಮ್ಮ ಹೊರತಾಗಿ
	ಇಲ್ಲಿರುವ ಯೋಧರು ಉಭಯ ಕಡೆ ಸಹಿತ
ಎದ್ದೇಳು, ನೀ ಪಡೆ ಕೀರ್ತಿ, ಇಂತಿರಲು,
ಗೆದ್ದು ಹಗೆಗಳ, ಭುಜಿಸು ರಾಜ್ಯ ಸಂಪತ್ತ
ಇದೆಲ್ಲರ ನಾ ಕೊಂದಿಹೆ ಪೂರ್ವದಲೇ
ಅದಾಗು, ಸರ್ವಸಾಕ್ಷಿ, ನೀನು ನಿಮಿತ್ತ

12.   ಮಗಳ ಮೋಹ

ಮಗಳು ಮಾತಾಡಿದರೂ "ಹಂಸ"ಧ್ವನಿ
ಹೊಗಳುತಿಲ್ಲ ಬರೀ - ಅವಳು ಅಂದದ ಖನಿ
ಅವಳು ಬೆಳಕಿನ ಬಳ್ಳಿ
ಇತರರ ಪಕ್ಕಕೆ ತಳ್ಳಿ
ಮಗಳ ತಪ್ಪು - ಗುಲಗಂಜಿ ಕಪ್ಪು

ಮಗಳು ವಾಟ್ಸಪ್ಪಲೇ ಇದ್ದರೂ ಒಪ್ಪ
ಮಗಳ ಗುಣ ಅಪರಂಜಿ ಅಪರೂಪ
ಬೆಳೆದರೂ ಚಿಕ್ಕವಳೇ - ಅಯ್ಯೋ ಪಾಪ!
ಮಗಳು ನಕ್ಕರಂದ
ಮಾತು ಮಕರಂದ
ಹಲ್ಲು ತುಸು ಕೊಕ್ಕರೆ ಆದ್ರೂ
ಸಕ್ಕರೆ ನಸು ನಕ್ಕರೆ!

ಮಗಳು ಜಾ......ನಕಿ
ತಂಟೆಗೆ ಹೋದ್ರೆ ತಾ....ಟಕಿ

13.   ಮಗುವಿನ ಹಾಡು

ಇನ್ನಷ್ಟು ಬೇಕೆನ್ನ ಉದರಕ್ಕೆ ಅಮ್ಮಾ
ನಿನ್ನಷ್ಟು ಉದಾರಿ ಎಲ್ಲಿಹರು ಅಮ್ಮಾ?
ಅಮ್ಮಾ.. ಅಮ್ಮಾ... .. ಅಮ್ಮಾ... .. ಅಮ್ಮಾ...

ನಿನ್ನಿಷ್ಟದಂತೆನ್ನ ಹುಟ್ಟಿಸಿದೆ ಅಮ್ಮ
ನನ್ನಿಷ್ಟೇ ಅಂದೆಲ್ಲ ಕಟ್ಟಿರುವೆ ಅಮ್ಮ!
ಕಷಾಯ ಕೊಡಬೇಡ ಎನಲಾರೆ ಅಮ್ಮ
ಕಹಿ ಕಳೆಯೆ ಸಿಹಿ ಹಾಕಿ ಕೊಡು ಎನಗೆ ಅಮ್ಮ
ಕೊಟ್ಟಿದನೆ ಕೊಡುತಿರುವೆ ಇನ್ನೆಷ್ಟು ಅಮ್ಮ

ಕೆಟ್ಟ ಕಟುಗ್ರಣಿ ಕುಡಿ ..ನೀನಷ್ಟ ...ಅಮ್ಮ!

ತೆವಳುತಲಿ ಮುನ್ನಡೆವೆ ತಡೀಬೇಡ ಅಮ್ಮ
ತುಳಿತಕ್ಕ ಸಿಗದಂತೆ ತಡೆ ನೀಡು ಅಮ್ಮ
ಇನ್ನೂ ನಾ ಪಾಪು - ಮೊನ್ನೆ ಹುಟ್ಟಿದೆ ಅಮ್ಮಾ!
ನಾಳೆಯಲಿ ಗಣ್ಯ ನಾ - ಖಾದಿ ಅಂಗಿಲಿ ಅಮ್ಮ!
ನನ್ನ ಬಾಯಿಗೆ - ಎನಗೆ ಹಸಿವು - ಕೊಡು ಅಮ್ಮ
ನಿನ್ನ ಹೋಳಿಗೆ ನನಗೂ ತುಸುವೆ ಕೊಡು ಅಮ್ಮ
ಮಣ್ಣು ಕಲೆದರೂ ನನಗೆ ತಿನಿಸು ಕೊಡು ಅಮ್ಮ
ನನ್ನ ಕರಣಕೆ ಚೆನ್ನ ಚೆಂಡು ಕೊಡು ಅಮ್ಮ

ಕೆಸರಲ್ಲೇ ಆಡುವೆನು ಬಿಡು ನನ್ನ - ಅಮ್ಮ
ಒದ್ದೆ ದೇಹಿಯಾದರೂ ಮಳೆಗೆ ಬಿಡು ಅಮ್ಮ
ಪಾಯಸವ ಬಾಯಲಿಡು ಭರನೆ ನುಂಗುವೆ ಅಮ್ಮ
ಸೆರೆವಾಸ ಕೊಡಬೇಡ - ಇರುವೆ ಮಿತಿಯಲಿ ಅಮ್ಮ
ಹಿಗ್ಗಿ ನಗುವಾಗುವೆನು ಸನಿಹ ಕೊಡು ಅಮ್ಮ
ಅನುಮಾನ ಮಾಡದೆ ಶಾವಿಗೆ ಕೊಡು ಅಮ್ಮ
ಡಬರಿ ಬಾಗಿಸಿ ನೋಡಿ ಕೋವ ಕೊಡು ಅಮ್ಮ

ಮಡಿಲಲ್ಲಿ ಮಲಗಕೊಡು - ಬಿಡೆ ಬಾಯಿ ಅಮ್ಮ
ಅಡಿಗೆಮನೆಲಾಡಬಿಡು ನಾ ಅಹ - ಅಳೆ ಅಮ್ಮ
ಬೇಡ ಭೀಷಣ ಭಾವ - ಕರುಣೆ ಇರಲಮ್ಮ
ನನ್ನಳಿಸೋ ರಾಮಣ್ಣಗೆ ನೋವ ಕೊಡು ಅಮ್ಮ

ತಣ್ಣೀರು ಸುರಿಯುವೆನು - ನಿನ್ನ ಮನೆ ತೊಳೆಯಮ್ಮ
ನೀರೊಳಗೆ ಕೂರುವೆನು ನೀರಿಹ ಕೊಡ ಕೊಡು ಅಮ್ಮ

ಪ್ರಕೃತಿ ನೀನೇ - ನಿನ್ನ ನವ ಕೃತಿ ನಾನೇ ಅಮ್ಮ
'ಕಿತಾಪತಿ' ಅನುತಾನೆ ನಿನ್ನ ಪತಿ ಅಮ್ಮಾ
ಬರಿ ಕಳ್ಳಪುರಿ ಕೊಟ್ರಿ ಸರಿಯೇನೇ ಅಮ್ಮಾ?
ಪರಿಪರಿಯಲೀ ಕರೆವೆ... ಪಿರಿಪಿರಿಯೆ ಅಮ್ಮ?
ಮರಿ ಅಂತ ಬರಿ ಮೈಲಿ ಬಿಡಬೇಡ್ವೇ ಅಮ್ಮಾ
ಅರಿವಿರಲಿ ಅನುತಾರೆ "ಆಯ್ಯೋ ರಾಮ ರಾಮಾ"!

14. ಭಾಗವತ ಗೀತ

ಕಷ್ಟ-ಸುಖಿಕೆ ಆಗುವಾತ
ನಾವು ಗೆಲಲು ಬೀಗುವಾತ
ವೈವಿಧ್ಯಕೆಂದು ಕೂಗುವಾತ
ವರುಷ ಕಳೆಯಿ ಮಾಗಿದಾತ
ತುಂಬಿದೆದೆಯಲಪ್ಪುವಾತ
ತಮ್ಮೆಲ್ಲರೂ ಒಪ್ಪುವಾತ
ನಮ್ಮ ಈ ಭಾಗವತ.
     -2-
ದಾಳವುರುಳಿಸಿದವ
ಬಾಳ ಅರಳಿಸಿದವ

ಬಾಂಧವ್ಯ ಬೆಳೆಸಿದವ.
ಗೆಜ್ಜೆಯ ಕಟ್ಟಿದವ
ಹೆಜ್ಜೆಯ ಮೆಟ್ಟಿದವ
ಚಿಣ್ಣರೊಡನಾಡಿದವ
ಕಣ್ಮುಚ್ಚಿ ಜಪಿಸಿದವ.
-3-
ಮಲೆನಾಡಲಿ ಮೊಳೆದವ
ಹತ್ತು ಕಡೆ ಬೆಳೆದವ
ಭಾಗವತನ ಭಾವ
ಇನ್ನು ಅಭಾವ.

ದೊಡ್ಡ ಸಂಸಾರ
ದೊಡ್ಡಹೊಳೆ ಸಾರ
ಮಳೆ ಬಂದಾಗ
ಹೊಳೆ ದಾರಿ ಬಂದಾದಾಗ
ಅಡ್ಡದ್ದ ಸ್ಯೆಕಲ್ಲು
ಹೊತ್ತು ಹೋಗಲೂ ಸ್ಯೆ.
ಹೊತ್ತು ಹೋಗದಾಗ
ಹುಲಿಕಲ್ಲೂ ಸ್ಯೆ.
ಕೆಸರಾಗಲು ಕ್ಯೆ
ಬಗ್ಗಿಸಲಿಕೆ ಮ್ಯೆ
ಎಲ್ಲೂ ಸ್ಯೆ ಸ್ಯೆ.

ಈಸಿದವ ಜೈಸಿದವ.
     -4
ಇರು ಅಂದರೆ ಇರುಳಿನಲಿ
ಇರುತೆಂದೂ ಉಳಿಯುವವ
ಮರೆತು ಈ ಬಾರಿ ಈ ತರ
ತೊರೆದು ತಾ ತೆರಳಿದವ.

ಎಲ್ಲ ತೊರೆದು ಇತ್ತ
ಮತ್ತೆ ಬಾರದಂತೆ
ಹೋದೆ ನೀನೆತ್ತ?
ಕಳೆಯಲು ಹೊತ್ತ
ಆಡಲು ಲೆತ್ತ
ಜತೆ ಹುಡುಕಲೆತ್ತ?

ಧರ್ಮಜನ ಪಾತ್ರ
ಜ್ಯಾಮಿತ್ರಿ ಸೂತ್ರ
ಯಾಕೋ ಅನಿಸಿ ಬೇಡ
ಹಿಡಿದ ಬೇರೆ ಜಾಡ.

ಸಂಸಾರದ ವ್ಯಾಸ, ಕಂಸ,
ತ್ರಿಜ್ಯ, ಪರಿಧಿ - ಜ್ಯಾಮಿತ್ರಿ
ಇಟ್ಟು ಎಲ್ಲದಕೆ ಕತ್ರಿ -
ಹರಿದುಬಿಟ್ಟ ದಿಟ್ಟ

ಶರಧಿ ಹಾರಿಬಿಟ್ಟ.

ಉಂಡು ಕ್ಷೇತ್ರಫಲ
ಅನಿಸಿತೇನೋ ಕಮ್ಮಿ
ಹುಡುಕಿ ಹೊರಟ ಘನಫಲ
ಹೊಸ ಆಯಾಮಕೆ ಚಿಮ್ಮಿ.

ಪೃಥ್ವಿರಂಗಮಂಚದಂಚು
ಸೇರಿ ಕೊಂಚ ಕಾಲ ಹೊಂಚು.
ಮತ್ತೆ ಕುಣಿವ ಸಾಧ್ಯದಲ್ಲಿ
ಸತ್ಯ-ಮಿಥ್ಯ ಮಧ್ಯದಲ್ಲಿ
ಇದ್ದು ಆಗದೇ ಪಥ್ಯ
ಸೇರಿದ ನೇಪಥ್ಯ.
ಮುಗಿಸಿ ಆಟ
ತೆಗೆದು ಕಿರೀಟ
ಅರಸ-ಹೊರಟುಬಿಟ್ಟ
ಹತ್ತಿ ಬೇರೆ ಘಟ್ಟದ ಅಟ್ಟ
ಗುನುಗಿ ಬೇರೆ ಮಟ್ಟ.
ರಂಗ ಬಿಟ್ಟು ರಂಗನೆಡೆ
ಹೀಂಗ ಸಾಗಿಬಿಟ್ಟ.

ಕಾಣದಂತೆ ಮಾಯವಾಗಿ
ನೀನಾದೆ ದೊಡ್ಡ.

ಮಳ್ಳು ಹಿಡಿದು ಭ್ರಾಂತಿ ಬಡಿದು
ನಾವು ದಡ್ಡ ದಡ್ಡ!

 ಅರಿವ ತರುವ ಸೊಡರು ಹೊತ್ತಿ,
ಪೂರಾ ತಿಂದು ಬಾಳ ಬುತ್ತಿ,
ಹಸನು ಬಾಳ ಎಲೆಯ ಸುತ್ತಿ,
ಕೈಯ ತೊಳೆದ ತೃಪ್ತ.
ಹೃದಯ ಮೃದಂಗ
ಚಂಡೆ ತರಂಗ
ಕಳೆದೆಲ್ಲದರ ಸಂಗ,
ನಿಲಿಸಿ ಎದೆಯ ತಾಳ
ಸಲಿಸಿ ವಿಧಿಗೆ ಬಾಳ,
ಅಗಲಿ ಹೋದ ಭಾಗವತ
ಮುಕ್ತ....ಮುಕ್ತ....ಮುಕ್ತ.

15.   ಅಕ್ಷರ ಜೀವನ

ಈಶನುದ್ದೇಶದಂತೆ

ಇಳೆಗೆ ಇಳಿಯಿತಂತೆ

ಆಟ-ಊಟ-ಓಟ

ಒಂದು-ಎರಡು ಪಾಠ

ಮೌಢ್ಯ ದಹಿಸಿ ಜ್ಞಾನಕೆಳಸಿ

ಬಲದಿ ಭಲದಿ ಮಥನ-ಪಠಣ

ಸಫಲ-ವಿಫಲ ಘಟನೆ ಸಹಿಸಿ

ಗಳಿಸಿ ಉಳಿಸಿ ಉದರಂಭರಣ

ಮೋಹ ಮೂಡಿ - ಜೋಡಿ ಕೂಡಿ

ಖುಣಕೆ ಮಣಿದು ಧನಕೆ ದುಡಿದು

ಖಿಳರ ಬಲರ ಖೂಕ್ಷ ನುಡಿಗೆ

ಔಡುಗಚ್ಚಿ ಅಃ ಅಂದು

ಕಷ್ಟ-ನಷ್ಟ ಝುಳಕೆ ಬೆಂದು

ಏಗಿ ಮಾಗಿ ಐಲು ತಾಗಿ

ಕಸುವು ನೀಗಿ ಬೆನ್ನು ಬಾಗಿ

ಇಳೆಯ ಸೆಳೆತ ಅಳಿಯಿತಂತೆ

ಜೀವನಕೆಳಸಿ ಬಳಲಿತಂತೆ

ಕಳೆದು ಉಳಿವ ಚಿಂತೆ

ಜೀವ ಮರಳಿತಂತೆ

16.   ಹವ್ಯಕಾವ್ಯ

ಎಂತೇ ಮಾರಾಯ್ತಿ
ಊರ್ಕಡೆ ಕೂಸೆ?
ಎಂಗೆಲ್ಲಾ ಗೊತ್ತಿದ್ದು
ಎಲ್ಲರ್ಮನೆ ದ್ಯಾಸೆ!
        ಹೆಬ್ಬಾಲ್ ಕಟ್ಟೇಲ್ ಕುಂತ್ರಿಟ್ಟೇ
        ಕಥೆ ಹೊಡಿಯನ ಸಿಕ್ಕಾಪಟ್ಟೆ.
ಸಾಗ್ರಕ್ ಹೋದಂವ
ಇನ್ನೂ ಬಲ್ರೆ
ಮಾಣಿ ಮಹಾ ತಲ್ರೆ
ಬತ್ತಿ ಹೊಸ್ಯಕ್
ಹತ್ತಿ ಕೇಳಿರೂ
ಅಮ್ಕ್ಂಗಿನ್ನೂ ತಲ್ರೇ.
        ನಾವಿದ್ದಂಗಿಲ್ಲೆ - ಈಗಿನ್ ಹುಡ್ರು
        ನೋಡಕ್ ಹಿಂಗ್ ಕಾಣ

ಹಿರೇರ್ ಹೇಳಿದ್ ಕೇಳದಿಲ್ಲ
ಹಿರೇತನ ಮಾಡ್ತ.
ಅಲ್ದೇ ನಿಂಗ್ ಮತ್ರೋಯ್ದನೆ
ಪಣತ, ನಡ್ಮನೆ ಮರಿಗೆ
ಅನ್ನ ಬಸಿದಿದ್ ಹಳೇ ಕಾಲದ್
ಹಿತ್ತಾಳೆ ಚರಿಗೆ.
        ಮಣ್ಣಿನ್ ಹಣ್ತೆ ಮಾಡ್ತಿದ್ವಲ್ಲ
        ಓಡಿತಾನೆ ಇಲ್ಲೇ
        ಕಾರ್ತೀಕ್ದಗೆ ತಿಂತಿದ್ವಲೆ
        ಕೋಸುಂಬ್ರಿ - ಕಡ್ಲೆ.
ಅಡಿಕೆ ಕಣ - ಕಲ್ದದ್ ಬ್ಯಾಣ
ನೆನಪಿದ್ದನೇ ನಿಂಗೆ?
ಕಬ್ಬಿನ್ ಗಾಣ - ಆಲೆ ಕ್ಯಾಣ
ಕಣ್ಣಿಗ್ಕಟ್ಟು ಹಂಗೇ.
        ಜೋನಿ ಬೆಲ್ದ್ ಬಾನಿನಗೇ
        ಸುರಿತಿದ್ರ್ಲೇ ಎಲ್ಲಾ!
        ಮುತ್ತುಗದ್ ಎಲೆ ಕೊಟ್ಟಿಯೊಳಗೆ
        ತಿಂತಿದ್ವಲೇ ಬೆಲ್ಲ!
ದನಕರ ಬಂದ, ಅಪ್ಪಯ್ ಬೈತ
ಒಳಗ್ ಹೋಪನ ಕಪ್ಪಾತು
ತಲೆಹರಟೆ! ನಿನ್ ಜೊತಿಗೆ
ಕುಂತಿದ್ದೇ ತಪ್ಪಾತು!

17.   ಯುಗಾಂತರ

ಅಂತರ -ಅಂತರ... ಇಂದಿನ ತಂತ್ರ
ಕರೋನ ಕಿರಿಕಿರಿ ಕಳೆಯಲು ಮಂತ್ರ.

ಎಲ್ಲಾ ದೀಗಳ ಬೀದಿ ಕಾಳಗಕೆ
ಮಂದಿ ಬಂದು ಸೇರಲು ಮಾತ್ರ -
ಕುಂದೇನಿಲ್ಲ ಇಲ್ಲಾಂದ್ರೂ ಅಂತರ
ಆಗ್ಬಾರ್ದಲ್ಲ ಮತದ ಆತಾಂತರ.
ಮುಂಚೆ ಎಲ್ಲಾ ಸರ್ಕಾರ್ದೋರು
ಹಾಕ್ತಿದ್ರೊಂದೇ ಸೂತ್ರ
ಒಂದು ಬೇಕು ಎರಡು ಸಾಕು
ಇರಲಿ ನಡುವೆ ಅಂತ್ರ.

ದೊಡ್ಡೊಡ್ ಲಾರಿ ಹಿಂದಕ್ಕೋದ್ರೆ
ಆಡ್ ಬರಹ : ದೊಡ್ ಗಾತ್ರ
ಇರಿ ದೂರ - ಇಡಿ ಅಂತ್ರ
ಹೋಗ್ಬೇಡಿ ಪರಮಾತ್ಮನ್ ಹತ್ರ.
ಆ ಮಂತ್ರಿ ಸೊಲ್ಪ ಅಂತ್ರದಗಿದ್ರೆ
ಆಗ್ತಿತ್ತೆ ಈ ಅವಾಂತ್ರ
ಜಾರಿಕೊಂಡ್ಕೈಲೆ ಈಜ್ಲೇಬೇಕು
ಮಂತ್ರಿಗಳೇನು ಸಂತ್ರ?
ಪ್ರಧಾನಸೇವಕ ಅಪ್ರತಿಮವಾಗೇ

ಪಾಲಿಸ್ತಾರೆ ಪಾತ್ರ
ಇಡ್ತಾರವರ ಗಡ್ಡಕೂ ಕತ್ರಿಗೂ
ನಡುವೆ ವರ್ಷಗಳ್ ಅಂತ್ರ!

ಯುಗಾದಿ - ಯುಗಾದಿ ಮಧ್ಯೆ
ಒಂದೇ ವರ್ಷದ ಅಂತ್ರ
ಈ ಬಾರಿ ಮಾತ್ರ ಆದಂಗುಂಟು
ಯುಗ-ಯುಗಾಂತರ!

18.   ಕೊರೋನ ಬಂತು

ಮೊದಲು ಮಗಳಿಗೆ ಬಂತು
ಮುಂದೆ ಅಮ್ಮಗೂ ಬಂತು
ನಂತ್ರ ನನ್ನದು ಕಂತು
   ಮೊದಲ ದಿನ ಜ್ವರ ಬಂತು
   ನಾಲ್ಕು ದಿನ ನೆಲೆಸಿತ್ತು
   ನೂರೊಂದುವರೆವರೆಗೆ
   ಚಳಿ ನಡುಕ ತುಸು ಸುಸ್ತು.
ನುಂಗಿದ್ದೊಂದೇ ಡೋಲೋ - ಎರಡನೇ ರಾತ್ರಿ.
ಅರ್ಥೀತ್ರೋಮೈಸಿನ್ - ಮೂರುದಿನ ಖಾತ್ರಿ.
   ರಾಮದೇವನ ಕೆಮ್ಮಿನೌಷಧ -
   ಹುಸಿನಿದ್ದೆ ಬಂತೇನೋ.

ಆಗಾಗ ಬಿಸಿನೀರು - ನೆಮ್ಮದಿಯ ತಂತೇನೋ.
ಅರಿಸಿನ ಬೆಚ್ಚನೆ ಹಾಲು- ದಿನಕೆರಡು ಬಾರಿ
ಗಂಟಲುರಿ ಕಫ ಕೆಮ್ಮು -
ತಂತಲ್ಲ ಈ ಮಾರಿ.
ಇಂದು ಐದನೇ ದಿವಸ - ಹೊರಟಿಲ್ಲ ಹೊರಗೆ
ಮನೆಯೊಳಗೇ ತಿರುಗಾಟ
ಮಂಚದಲಿ ಗೊರಕೆ.
ತುಸು ಕಫ - ರಾತ್ರಿ ಕೆಮ್ಮು
ಈಗಿನ್ನು ಜ್ವರವಿಲ್ಲ
ದಿನದಿಂದ ದಿನಕೆ -
ಉತ್ತಮಕೆ ತಡೆಯಿಲ್ಲ.
        ಇಲ್ಲ ಉಸಿರು ಸಮಸ್ಯೆ,
        ತಲೆನೋವು, ಎದೆಭಾರ.
        ಲೆಕ್ಕದ ಪ್ರಕಾರ ಕಾಯಬೇಕು -
        ಇನ್ನೊಂದು ವಾರ.
ಯಾರಿಗೂ ಹೇಳಿಲ್ಲ
ನಿಮಗಷ್ಟೇ - ಇದು ಗುಟ್ಟು
ಎಚ್ಚರದಿ ನೀವಿರಿ
ಕವನ ಬರೆದೆ ಕಷ್ಟಪಟ್ಟು.

19. ದುರ್ಗಾಪೂಜೆ

ಇಲ್ಲಿ ದುರ್ಗಾಪೂಜೆ ನಡೆಯುವುದು ಪ್ರತಿವರುಷ.
ನಿಲ್ಲದೇ ಸಲ್ಲುವ ನವರಾತ್ರಿಯ ಹರುಷ.
ಪ್ರಜ್ವಲಿಸುವ ದೀಪಾಲಂಕಾರ
ಹೆಜ್ಜೆಹೆಜ್ಜೆಗೂ ತೋರುವ ಹೂವಿನ ಹಾರ.

ಕಂಗಾಲಾದ ರಕ್ಕಸನ ತರಿಯುತ
ಬಂಗಾಲದ ಸಿಂಹನ ಮೇಲೆ
ಗಂಭೀರಭಂಗಿಯಲಿ ಕೂತ
ಅಂಗಗಳಲಿ ಸಿಂಗಾರಪೂರಿತ
ಮಂಗಳದೇವಿ ವಿಶಾಲಕಂಗಳ ತಾಯಿ.
ಮಹಿಷದಿಂದ ಅರೆಹೊರಬಂದ
ಅಸುರನೆಡೆ ತೆರೆದ ವ್ಯಾಘ್ರದ ಬಾಯಿ!

ಮಯೂರವನೇರಿದ ಶೂಲಧಾರಿ ಷಣ್ಮುಖಿ.
ಅಂಬರದಿಂದಿಳಿದ ಲಂಬೋದರ ಗಜಮುಖಿ.
ಲಕುಮಿ, ಸರಸತಿ,
ಶಿವಗಣ ವಿತತಿ.
ಇದು ದುರ್ಗೆಯ ಒಡ್ಡೋಲಗ!
ಸುತ್ತ ಅವಳದೇ ಬಳಗ.

ಜಾವಜಾವಕೆ ಪೂಜಾಸೇವಾ.
ಯಾವ ಜಾಗದಲೂ ಭಕ್ತಿಯ ಭಾವ!
ಸಂಗೀತ ಸಂಜೆ, ಡಂಗುರ ನಿನಾದ.

ಬಗಬಗೆ ಸೊಗದ ವಿನೋದ.
ಬಣ್ಣನೆಗೆಟುಕದ ಬಣ್ಣಬಣ್ಣದ ತೊಡುಗೆಗಳ ತೊಟ್ಟ
ಚೆಣ್ಣರ ವರ್ಣರಂಜಿತ ಮನರಂಜನೆ!
ವೈವಿಧ್ಯ ವಿಧಗಳಲಿ ತಾಯಿಗೆ ವಂದನೆ!
ಅಂಬೆಯ ನಂಬಿದ ಅಂಬುಜನಯನೆಯರ ನೃತ್ಯ.
ತುಂಬಿ ಬಂದ ಭಾವ ವ್ಯಕ್ತವಿದು ಸತ್ಯ.
ಪ್ರತಿದಿನ ಬಹುಜನರಿಂದ ಭೋಗಸ್ವೀಕಾರ.
ಬಂಗಾಳಿಗಳಿಂದ ಭಕ್ತರ ಸತ್ಕಾರ.
ನಾಡಹಬ್ಬ ದಸರೆಯ ಆಸರೆಯಲಿ
ಕಂಗಳ ಸೆರೆಹಿಡಿವ ದೃಶ್ಯ.
ಎಲ್ಲರೂ ಭಾಗವಹಿಸಲೇಬೇಕು ಅವಶ್ಯ.
ಕರುನಾಡವರಿರಲಿ, ಹೊರನಾಡವರಿರಲಿ,
ಆವರಿಸಿ ನೇವರಿಸುವ ಭಕುತಿಬಳ್ಳಿ.
ಬೆರಗುಗೊಳಿಸುವ ಸುರಲೋಕ ಧರೆಗಿಳಿವ
ಪರಿಯ ಇಂದ್ರಿಯಗಳಲಿ ಸೂರೆಗೊಳ್ಳಿ!

20.   ಚೈತನ್ಯದಾಟ

ಗುಬ್ಬಿ ಜೋಡಿ ಚಿಂವ್ ಹಾಡಿ
ಒಂದನೊಂದು ಕಾಡಿ ಕೂಡಿ
ಒನಪಲಾಡುತಿರುವುವು
ಏನೂ ಬೆಳೆಯದುಮ್ಮಳಕ್ಕೆ

ಏನೋ ಮೊಳವ ಎಳೆಯ ತೋರಿ
ತಂಪ ಮಾಡುತಿರುವುವು
ಮನದ ಕಣ್ಣು ಇನಿತು ಬಿಟ್ಟೆ
ಕೌತಕದಲಿ ಕೀಲಿಸಿಟ್ಟೆ
ಸೃಷ್ಟಿಮಡಿಲ ಚೇತನಗಳ
ಸಹಜ ಸಲಿಲ ವರ್ತನೆಯಲಿ
ಬೆರಗನರಸಿ ತೇಲಿಬಿಟ್ಟೆ:

ಹಾರಿಹಾರಿ ಬೇಸತ್ತೋ ಬರಿಯ ನಡೆವ ಹೂಟ
ಹೆಂಚ ಮೇಲೆ ಏನದೇನು ಜಾರುಗುಪ್ಪೆಯಾಟ?
ಅಟ್ಟದಿಂದ ಜೋತ ಹುಲ್ಲು - ಆಯ್ತು ಜೋಕಾಲಿ
ಕಣ್ಣಲೇನು ಭಯವೋ ಕಾಣೆ? - ಹೊಡೆಯಲಿಷ್ಟು ಜೋಲಿ
ಅಯ್ಯೋ! ಹರಿದುಬಿತ್ತು! ಮಂಕೆ, ರೆಕ್ಕೆಯಿಲ್ಲವೆ!?
ಬಿದ್ದಿತೆನ್ನುವಷ್ಟರಲ್ಲಿ ಬಡಿದು ಏರಲಿಲ್ಲವೆ?
ಬಿಸಿಲಲಲೆದು ಬಳಲುವಿಕೆಯೊ- ನಿಂತ ನೀರ ಸ್ನಾನ
ಬಿಚ್ಚಲಿಕ್ಕ ಬಟ್ಟೆಯಿಲ್ಲ - ಹೋಗಲಿಲ್ಲ ಮಾನ!
ಮೊಣಕಾಲುದ್ದ ನೀರಿನಲ್ಲಿ ಮುಳುಗು ಹಾಕುವೆಳೆತ
ಕೊಕ್ಕನದ್ದಿ ರೆಕ್ಕೆ ಬಡಿಯೆ ಪಾತಾಳಕೇ ಇಳಿತ!?
ಏನದಷ್ಟು ಮಾತುಕತೆಯೊ ನಾನೂ ತಿಳಿಯಬಾರದೆ?
ಕಂಡದೆಷ್ಟೋ ಖಂಡವದರ ಕತೆಯನುಲಿಯಬಾರದೆ?
ನಗುವೊ ಅಳುವೊ ನಲ್ಲೆಗೊಲವೊ - ಎಲ್ಲ ಒಂದೆ ರಾಗವು
ಎಲ್ಲ ಭಾವಕೊಂದೆ ಭಾಷೆ ಇಲ್ಲ ಆವೇಗವು

ಹಾರಿದವು ಏರಿದವು ನೆನಪ ಹಿಂದೆ ಬಿಟ್ಟು

ಕಣ್ಣಳತೆ ಮೇರೆ ಮೀರಿ ಎಲ್ಲೋ ದಿಟ್ಟಿ ನೆಟ್ಟು

ಯಾವ ನಾಡ ಯಾವ ಕಾಡು ನಿಮ್ಮನಿತ್ತ ಬಸಿರು?

ಯಾವ ಹಸಿರು ಕುಸಿರ ಮರೆಗೊ ನಿಮ್ಮ ಮರಿಗಳುಸಿರು!

ಹುಟ್ಟಿದೇಕೆ ಕೇಳಲಿಲ್ಲ ಎಂದೂ ನಿಮ್ಮ ಮನಸು

ಸಾವವರೆಗು ಸವಿದರಾಯ್ತು - ಬೇವು-ಬೆಲ್ಲ ತಿನಿಸು

ಸೃಷ್ಟಿಮಡಿಲೊಳೊಪ್ಪವಡೆದು ಇಪ್ಪ ನಿಮ್ಮ ಬದುಕು

ಕೃತಕ ವರ್ಣರಾಜಿ ಎಮ್ಮ ಬಾಳ್ಗೆಗಳ ತಳುಕು

21.   ನಗೆ

ಎಲ್ಲೆಲ್ಲೂ ಭಾರೀ ಮಳಿಗೆ

ಮಾರಾಟಕ್ಕಿದೆ ನಗೆ

ಬೇಕಷ್ಟು, ಬೇಕಾದ ಬಗೆ

ಸ್ಟಿಕ್ ಲೇಪಿತ ಸೊರಗಿದ ಲಿಪ್ಪಳ ನೂತನ

ನಡಿಗೆಯ ಪಡೆದ ಬೆಡಗು ನಗೆ

ಮುಕ್ಕುವ ದಾಹದ ಸೊಕ್ಕಿನ ಮರೆಗೆ

ಉಕ್ಕುತಲಿತ್ತು ಉರಿವ ನಗೆ

ಕೇಜಿಗಟ್ಟಲೆ ಕರೆದು ಕ್ರಯಿಸುವ

ಕಟುಕರಿಗೆಟಕಿ ಕೊಲೆಯಾಗಿತ್ತು

ಆರು ಆರಿಗೋ ಆದರವೆಂಬ

ಹಾದರ ಮಾಡಿ ಹೊಲೆಯಾಗಿತ್ತು
ಗೆದ್ದಲ ಗೆಯ್ತದ ಹುತ್ತವ ಹೊಕ್ಕು
ಹೆಡೆಯಾಡಿಸುವ ಹಾವಾಗಿತ್ತು
ಅನಿವಾರ್ಯದ ಇರುವನು ಅರಿತ
ತುಟಿಗಳ ತೆರೆಯಲಿ ನೋವಾಗಿತ್ತು
        ಲೈಸೆನ್ಸ್ ಮುಗಿಯುವ ಅಂಗಡಿಗಳಲಿ
ಸೆನ್ಸ್ ಲೆಸ್ಸಾಗಿ ಸೋಲಾಗಿತ್ತು
ಎಣೆಯಿಲ್ಲದ ನಾನಾ ನಾಟಕಗಳಲಿ
ಬಣ್ಣಗಳ ಪಾಲಾಗಿತ್ತು
ಬಾರಿ ಬಾರಿ
ಬರಿಮೊಗದ ನಗೆ
ಬಗೆ ಇರದ ನಗೆ
ನಗೆಯ ಹೊಗೆ
ಕಲಬೆರಕೆ

ಎಲ್ಲೋ ಏನೋ ಎಚ್ಚರಿಸಿತು -
ಹುಚ್ಚೇ,
ಮಾಸಿರದ ಮುಗುಳು
ಮಾರ್ಕೆಟ್ಟಿನಲ್ಲಿ ಸಿಗುತ್ತದೆಯೇ?
ಪೆಚ್ಚಾದೆ.

ಬೆಲ್ಲವೇ ಸಿಕ್ಕದೆ ಬೇವನೇ ಮುಕ್ಕಿದ

ಬಾಯಿಗಳಡೆಯಲಿ ಭಾರವಾಗಿತ್ತು
ಭುಗಿಭುಗಿಲೆನ್ನುವ ಬಿಸಿಲಲಿ ದಹಿಸಿ
ಬಂಡೆದ್ದವರಲಿ ಖಾರವಾಗಿತ್ತು
ಮಾತಿನ ಅಲೆಗಳು ಮಿತಿಯನು ಅರಿತು
ಮೌನವನಾಂತುವ ತೀರವಾಗಿತ್ತು
ಹಸುಳೆಯ ಎಳೆದುಟಿ ಎಸಳಿನ ತುಂಬಾ
ರಸಮಯ ಅಲೌಕಿಕ ಕ್ಷೀರವಾಗಿತ್ತು
        ಹೊಸ ಹರೆಯವ ಹೊತ್ತ ಹುಡುಗಿಯಲಿ
        ಮೋಹದ ಹುಚ್ಚಿನ ಹೊಳೆಯಾಗಿತ್ತು
        ಸುಂದರ ಹೃದಯಕೆ ಹೊರದನಿಯಾಗಿ
        ಹಚ್ಚನೆ ಬೆಚ್ಚನೆ ಬೆಳೆಯಾಗಿತ್ತು
            ತಿಳಿನಗೆ
            ಸುಳಿನಗೆ
            ಅರಳುನಗೆ

22.   ನನ್ನೊಳಗಿನ ಕವಿ

ಆಗಬಹುದಿತ್ತು –
ಮನವೊಂದು ಚೈತ್ರಬನ
- ಎಲೆಗೆಲೆಗೆ ಕೋದ ಹೂ
ಹೂ ಮರಗೆ ಕುಹುಕುಹೂ
        ಹಸುರು ಎದ್ದರೂ ಹಾಡು

ಕೆಸರ ಬಿದ್ದರೂ ಹಾಡು
ಹಕ್ಕಿ ಗುನುಗಿದರೂ
ಚಿಕ್ಕೆ ಮಿನುಗಿದರೂ
ನಾವೆ ಸಾಗಿದರೂ
ಮಾವು ಬೀಗಿದರೂ
ಎರಳೆ ಓಡಿದರೂ
ಸರಳೆ ನೋಡಿದರೂ
ಉಷೆಯು ನಕ್ಕರೂ
ನಿಶೆಯು ಸೊಕ್ಕರೂ
ಮೈಯೆಲ್ಲ ನಾಡಿ
ಮಿಡಿಯುವಂತೆ ಹಾಡಿ.

ಹಾಗಾಗಲಿಲ್ಲ.
ವಸಂತದಲಿ ಸಂತನೂ ಆದೆ
ಭಾವಭ್ರಾಂತನೂ ಆದೆ -
ಅರಳುವ ಹೂವಲಿ ಹೊರಳುವ ಹುಳಗಳು
ಎಲೆ ಎಲೆ ತಳದಲಿ ನೆಲೆಸುವ ಕಲೆಗಳು
ಎಳೆ ಎಳೆ ಕಂಗಳು ಯಾತನೆ ಕೊಳಗಳು
ಅಲೆ ಅಲೆ ನೋವಲಿ ನರಳುವ ತಲೆಗಳು -
ಎದೆಯ ಪೊದೆ ಕೆದಕಿ
ಹೃದಯ ಪೊರೆ ಕಳಚಿ
ತುಸು ಕವಿಯೇ ಆದೆ

ನಸು ಅನುಭಾವಿಯೇ ಆದೆ.
-ಕೋಗಿಲೆ ಕೊರಲಿನ ಕುಹೂಕುಹೂ
ಯಾವುದೋ ಕೊರಗಿನ ಕುರುಹು
ಎರಳೆಯ ಕಂಗಳ ನೋಟ -
ಯಾವ ಭೀತಿಯದೋ ಕಾಟ
        ಚುಮುಚುಮು ಬೆಳಕಿನ ಬೆಳ್ಳಿಚಿಕ್ಕಿಗೆ
        ಒಂಟಿತನದ ನಂಟಿರಬೇಕು
        ಗುನುಗುನು ಹಾಡಿನ ಪಾಡಿನ ಹಕ್ಕಿಗೆ
        ಯಾವ ವಿಷಾದವೋ ಅಂಟಿರಬೇಕು -
ಬಗೆಬಗೆ ನಗೆಗಳ
ಹಿಂದಿನ ಬಗೆಗಳ
ಬಗೆದು ನೋಡಬಗೆದೆ.
        ಗಡಿಗಳ ಮೀರಿ
        ಹತ್ತಿರ ಹರಿವ
        ಹೊಸ ರಾಗಗಳ
        ಹಾಡಬಗೆದೆ.
ನುಡಿಗಳನಾಡುವ ಮೊಗವಾಡಗಳ
ತೆಗೆದು ತೂರಲೆಳಸಿದೆ
ಪೂರಾ ಪ್ರಾಮಾಣಿಕ ದನಿಗಳ
ಇನಿದನು ಹೀರಲೆಳಸಿದೆ
        ಮನಸ ಮುಡಿಯ ತುಂಬಾ
        ಕನಸ ಕುಸುಮಗಳು

ಅನಿಸಿದ್ದೆಷ್ಟೋ;
ಎರವಲುಗಳನು
ಭ್ರಮಿಸಿದ್ದೆಷ್ಟೋ.

23.   ಬರೇ ಭ್ರಾಂತಿ

ಅಳುಕಳುಕುತ ಬೆಳೆದ ಎಳೆಗಳಾಳೆ ಎದೆಯ
ಮೆದೆಯ ಪೂರಾ ಗಿಳಿಗಳೋಳಿ ಧಾಳಿ-ಕೇಳಿ
ಅಳಿದು ಅಳಲು, ಮೊಳೆದು ಧನ್ಯಭಾವದಮಲು
ಹಾಡಿ ಮೋಡಿ, ಗಾಢ ಸ್ವಪ್ನ, ಸೆಳೆವ ಸುಳಿ.
---x----x---
ಕನಸು ಸಾರಾಯಿಯ ಮೊರೆಹೋಗಿ, ಸೆರೆಯಾಗಿ
ಬಣ್ಣದ ಬಲೂನನೇರಿ ಭಾವ ಸವಾರಿ.
ಪಟ್ಟಂತ ಸಿಡಿದು, ಮತ್ತೆ ಢೊಪ್ಪೆಂತ ದುಗುಡ ಲೋಕ.
ಎಷ್ಟು ಮಾತು, ಎಂಥ ಮಾತು, ಮೈಮರೆವಿಗೆ ಜಾರಿ
ನರನರಗಳಲ್ಲಿ ಮಾತ ಸೆರೆ ನೊರೆಯುಕ್ಕಿ
ಮತ್ತೆ ಸ್ತಬ್ಧ, ಬರಿ ವಿಷಾದ, ಏನೋ ದಿಗಿಲು ತೋರಿ
---x----x---
ಎದೆಯಾಳಕೆ ಧುಮ್ಮಿಕ್ಕದೆ ಸಿಕ್ಕೀತೇ ಮುತ್ತು?
ಕದವ ಮುರಿದು, ರಕ್ಕಸನನು ದಿಕ್ಕುಗೆಡಿಸಿ
ಅರಮನೆಯನು ಹೊಕ್ಕು ಕರೆದರೆ ಮಾತ್ರ
ಚೆಲುವೆ ನಿನ್ನ ಸೊತ್ತು -

-ಎಂದೇ ಬೇಲಿ ಮೀರಿ ಬಳಿಗೆ ಸಾರಿ
ಹೃದಯ ಬೀಗ ಬಿರಿದು ಬೀರಿ-
ಹೊಸ ಹರುಷದ, ಭರವಸೆಗಳ ನವಪವನ
ಎಲ್ಲ ಮಂತ್ರವಾದಿಯ ಮಾಯಾಭವನ
ಮಾಯವಾಗಿ ಮತ್ತೆ ಬಯಲು
ಬರೇ ಮರಳು, ಇಲ್ಲ ನೆರಳು
ಬಿಸಿಗಾಳಿಯ ಗಾಢಸುಯ್ಲು
ಕ್ಯಾಕ್ಟಸ್ ಗಳ ಅಟ್ಟಹಾಸ
ಮರೀಚಿಕೆಗಳ ಮಾಯ ಭಾಸ
---x----x---
ಗೆಳೆತನದ ಸೆಳೆತದಲ್ಲಿ ಸುಳಿದಾಡಿಯೂ ಸಿಕ್ಕದು
ಹೇತುಗಳಲಿ, ಮಾತುಗಳಲಿ ಹೂತರೂ ಹೊಮ್ಮದು
ಚಿಂತೆ ಗುಂಗಿ ಕೊರೆದು ತೂತು ಮೊರೆದರೂ ಮೊಳೆಯದು
ಭಾವಭ್ರಾಂತನಾಗಿ ಭವವ ಬಿಟ್ಟರೂ ಬೆಳೆಯದು
ಬರೇ ಭ್ರಾಂತಿ, ಬರೇ ಭ್ರಾಂತಿ,
ಕ್ರಾಂತಿಕಹಳೆ ಮೊಳಗದು.

24. ಏಕಾಂತ

ಥಿಯೇಟರಿನ ದ್ವಾರಗಳು
ಮೊರೆ ತಿರುವಿಕೊಳ್ಳುತ್ತವೆ
ಹೊರಪರದೆ ಮುಚ್ಚುತ್ತದೆ
ಒಳಪರದೆ ಬಿಚ್ಚುತ್ತದೆ

ಹೊರಲೋಕದ ಬೆಳಕಿನೆದುರು ಹೌಸ್ ಫುಲ್ಲ ಬೋರ್ಡು
ಕತ್ತಲಲ್ಲಿ ಕಣ್ಬಿಡುವುದು ಒಳಬೆಳಕಿನ ಜಾಡು
ಬೆದರಿ ಮುದುಡಿ ಹುದುಗಲಿದ್ದ ಕಂಗಳಿದೋ ತೆರೆದಿವೆ
ಕಿವುಡು ಕವಿದ ಭ್ರಮೆಯಲಿದ್ದ ಕಿವಿಗಳಿವೋ ನೆರೆದಿವೆ

ಯಾರದಲ್ಲಿ ಪ್ರೊಜೆಕ್ಟರ್ರ ಹಿಂದೆ ಇರುವ ಜಾಣ?!
ಚಾಲೂ ಮಾಡು ಬೆಳೆದು ಬರಲಿ ಭಾವ ಬೆಳಕ ಬಾಣ
ಮೂವತ್ತೈದೋ, ಎಪ್ಪತ್ತೋ ಚಿತ್ರಗಳ ಗಾತ್ರ
ಪರದೆಯ ಪರಿಧಿಯ ಒಳಗೇ ಮೂಡಬಹುದು ಮಾತ್ರ!

ಸೆನ್ಸಾರಿಲ್ಲ ಮನ್ನಿಸೋರಿಲ್ಲ ಬೇಡ ಯಾರ ಮೆಚ್ಚು
ಬ್ಲೂಚಿತ್ರವೋ ಯಾ ವಿಚಿತ್ರವೋ ರೀಲು ಬೇಗ ಬಿಚ್ಚು
ರಂಗದಲ್ಲಿ ಮೂಡಿದವದೋ ರಂಗುರಂಗು ಕಥೆಗಳೋ
ಲಂಗವೋ ಮಂಗವೋ ಫ್ಲಾಷ್ ಬ್ಯಾಕಿನ ವ್ಯಥೆಗಳೋ?

ಭಯದ ತೆರೆಯ ಮರೆಯಲಿದ್ದ ಬಯಕೆಗಳಿದೋ ಬಲಿದಿವೆ

ತ್ರಾಣಹೀನ ಭ್ರೂಣಭಾವರೆಲ್ಲ ಬೆಳೆದು ನಲಿದಿವೆ
ದುರಾಂತವೋ ಸುಖಾಂತವೋ ಅಸಂಬದ್ಧ ಅವಾಂತರವೋ
ಇದ್ದಬದ್ದ ಸಿದ್ಧಾಂತಗಳು ಗುದ್ದಾಡುವ ಪಂಥವೋ!

ಆಗೀಗ ಹಸಿರು ಕುಸಿರು ಬಸಿರನೊಡೆದ ಹಾಡೋ
ಅಲ್ಲದಿದೋ ಶೂನ್ಯ ಶೂನ್ಯ ಬಿಳಿಯ ಬೆಳಕು ನೋಡೋ
ಅದೋ ಬಾಗಿಲು ಬಡಿಯುತ್ತಿದೆ ಬಾಹ್ಯ ಜಗದ ಸುತ್ತಿಗೆ
ಆಕ್ರಮಿಸುತಿದೆ ಪಟವದೆಲ್ಲ ಹೊರಬೆಳಕಿನ ಗುತ್ತಿಗೆ

25. ಕವಿತೆಗೊಂದು ಮಾತು

ಕವಿತೆ ಕೆಲವು ಕಾಲದಿಂದ ಮುಸುಕು ಹೊದ್ದ ಮೌನಿ
ಮ್ಲಾನವೇ ಮುಖಾರವಿಂದ ಆಯಿತೆಲ್ಲಿ ಗ್ಲಾನಿ?
ನನಗೋ ಆಡದೇಸೋ ಮಾತು ಕರುಳಲಿರುಳ ಕಳೆದಿವೆ
ಒಡಲ ಪಡೆಯಲೇಸೋ ಹಾಡು ಕಾಡುತಲೇ ಅಳಿದಿವೆ
ನಾ ಕೇಳಿದೆ - ಏನೆ ಕವಿತೆ ಯಾವ ಹೊಂಚಲಿಹೆಯ?
ಎನ್ನ ತೊರೆದು ಯಾರಿಗೊಲಿವ ಗಾಥ ಸಂಚಲಿಹೆಯ?!

ನಿನ್ನುಗಮ ಕಳ್ಳ ಬಸಿರೋ
ಎನ್ನದೇ ಉಸಿರೋ?!
ನಿನ್ನ ರೂಪ ಆತ್ಮರತಿಯೋ?
ಒಳಗ ಬೆಳಗುವಾರತಿಯೋ?

ನೀನು ಬದುಕ ಬನ್ನ ಶಿಲೆಯ ಸಂಸ್ಕರಣ ಶೇಷ ಚಿನ್ನ?
ಇಲ್ಲಾ ಭಾವ ಮನೆಗೆ ಭ್ರಮೆಯ ಕಳ್ಳ ಕೊರೆವ ಕನ್ನ?

ಅಂತರ್ಗತ ಅನುಭಾವವು ಸ್ಫುರಣಗೊಳುವ ಲೀಲೆಯೋ?
ತೋರ್ಪಡಿಕೆಯ ತೆವಲಲೆದ್ದ ಶಬ್ದವೀಚಿ ಮಾಲೆಯೋ?

ಹಡಗುಗಳನು ದಡಕೆ ಕರೆವ ಕಡಲ ದೀಪಸ್ತಂಭವೋ?
ನಿಮ್ನ-ಪೀನ ದರ್ಪಣಗಳ ಊನ ಪ್ರತಿಬಿಂಬವೋ?

ಉದ್ವೇಗದೊಳುದ್ಭವಿಸಿದ ಹಸಿ ಅಸೀಮ ಅನಿಸಿಕೆಗಳೋ?
ವಾಸ್ತವತೆಯ ಚೆನ್ನ ಹಿಂದೆ ಹುಸಿ ಸವಾಲು, ಕೇಕೆಗಳೋ?

ಯಾರು? ಯಾವ ರೂಪ ನೀನು? ಇಲ್ಲದೆನಗೆ ಶಾಪವೇ?
ಒಳನುಡಿಗೆ ಕಿವಿಗೊಡುವುದೆನಾ ಮಾಡಿದ ಪಾಪವೇ?

ಯಾವ ಧಮನಿ ತಾವು ಕೊಟ್ಟು, ಕಾವು ಕೊಟ್ಟು
ಮೊಳೆಸಿತೋ?
ಎಲ್ಲಿಯಲುಬು ಚಾಣವಾಗಿ ರೂಹು ಕೊಟ್ಟ ತಳೆಸಿತೋ?

ಕವಿತೆ ಮಾರ್ನುಡಿಯಲು-
ಕೇವಲ ಪ್ರತಿಧ್ವನಿ.

26.   ನೀನು....

ಬಾಳ ಬಾನಿನಲ್ಲಿ
ಆವರಿಸಿದ ನವ ಅನುಭವಗಳ
ಮಂಜು ಮುಸುಕು ಮರೆಯಲ್ಲಿ
ಮಸುಕಾಗಿದ್ದ ನೀನು
ಇದೋ ಮತ್ತೆ ಪತ್ತೆಯಾಗಿ
ಮಿನುಗಿ ಹಾಡು ಗುನುಗಿ
ಚಿತ್ತ ಮುತ್ತತೊಡಗಿಹೆ.

ಶುಭ್ರಶ್ವೇತ ನಿನ್ನ ಚಿತ್ತದಲ್ಲಿ
ಮಚ್ಚೆಯೊಂದನಾದರೂ ಪತ್ತೆ ಹಚ್ಚಿ
ಹಚ್ಚಿಕೊಳುವ ನನ್ನ ಹುಚ್ಚುತನವ
ಬಚ್ಚಿಡಲಿಚ್ಛಿಸಿದರೆ
ಬಿಚ್ಚುಹೊಳ ನಿನ್ನ ಪ್ರೀತಿಯ
ಪಾತ್ರದಲಿ ನನ್ನ ಕೆಚ್ಚದು ಕೊಚ್ಚಿ
ಇನ್ನೂ ಹೆಚ್ಚು ಸೆಳೆಯತೊಡಗಿರುವೆ.

ಸೆಳೆತದ ಸುಳಿಯಲ್ಲಿ
ಕಳೆದುಹೋಗಲೆಳಸುವ
ನನ್ನತನವನುಳಿಸಲು
ನಿನ್ನ ಮಿತಿಯ ಗುರುತಿಸಹತ್ತಿದಾಗ
ನಿಗೂಢವಾಗಿಯೇ ನಿಂತು
ಅಸೀಮ ಅಂತಃಸೌಂದರ್ಯದ

ಆಕರ್ಷಣೆಯಿಂದ ಆವರಿಸಿ
ಕೃತಕ ರೆಕ್ಕೆ-ಪುಕ್ಕಗಳ
ದಹಿಸುತ್ತಿರುವೆ.

27.   ಮೊಳೆಯದೇಕೆ..?

ಮೊಳೆಯದೇಕೆ ಬೆಳೆಯದೇಕೆ ಕಾವ್ಯಾಮೃತ ಚಿಲುಮೆ?
ದಾಹದಗ್ಗ ಹೃದ್ಭಾವಕೆ ರೂಹು ಕೊಡುವ ಬಲುಮೆ.
ನರನರಗಳ ಕಣಕಣಗಳೂ ಶುಷ್ಕಗೊಂಡು ಕರೆದಿರೆ
ಸಿಹಿನೀರಿನ ತೊರೆಗಾಗಿ ಹಾತೊರೆಯುತ ಮೊರೆದಿರೆ

ಆದ್ರ್ರರಹಿತ ಬೆಸುಗೆಗಳಲಿ
ಆತ್ಮರಹಿತ ನಗೆಗಳಲ್ಲಿ
ಕನಸಿರದ ನಿದ್ದೆಗಳಲಿ
ಮನಸಿರದ ವಿದ್ಯೆಗಳಲಿ
      ಹಾಡ ಮರೆತು ಹೇತುಗಳಲಿ
      ಕಾಡಿ ಹೆರದ ಮಾತುಗಳಲಿ
      ಸೋಲುಗಳನೇ ಸಾರುತ್ತಲಿ
      ಗೀಚಿದಲ್ಲೇ ಗೀರುತ್ತಲಿ
ಕುಬ್ಜವಾಗಿ ಕೂರುತ್ತಲಿ
ಭಿದ್ರವಾಗಿ ಚೀರುತ್ತಲಿ
ಅರಿವ ಮೀರಿ ಜಾರುತ್ತಿದೆ,

ಸೋರುತ್ತಿದೆ ಜೀವನ

  ಶೂನ್ಯ-ಶೈತ್ಯ ಶವವೆನಿಸುವ

  ಜೀವಕಿಷ್ಟ ಕಾವು ಕೊಟ್ಟು

  ಒಳಗ ಬೆಳಗಿ ಭಾವಗಳ

  ಬಳಗ ಒಳಗೆ ಬರಮಾಡಲು

  ಬಾರದಿರುವುದೇ ಕವನ?

ದಟ್ಟಮೋಡ ಹೆಪ್ಪುಗಟ್ಟಿ ಚಿಕ್ಕೆಕಣ್ಣ ಕಟ್ಟಿಯೂ
ಸಿಡಿಲಿಗೊಡೆದು ಸೋನೆ ಸುರಿದು ಲಕ್ಷಜ್ಯೋತಿ ಬೆಳಗದೇ?
ಕುಹೂಕುಹೂ ಕೊರಳ ಉಲಿವು ಚಳಿಯಲಿಳೆಯ ತೊರೆದರೂ
ಚೈತ್ರ ಬರೆದ ಚಿತ್ರದಲ್ಲಿ ಪಾತ್ರ ವಹಿಸಿ ಮೊಳಗದೇ?
ಎನ್ನ ಎದೆಯ ಕದವನೊದೆದು ಕಾವ್ಯ ಕನ್ಯೆ ಒಲಿಯಳೇ?
ಅಂತರಂಗ ರಸವು ಕುದಿದು ಕಸುವ ಪಡೆದು ತಳೆಯಳೇ?

28. ಒಳದನಿ

ಒಳಗಿನ ಒಳಗೊಳಗಿನ ಒಡಲಿನಿದಿನ ಗುನುಗು
ಸ್ವಂತದ ಆಂತರ್ಯದ ರಸಹೊನಲಿನ ಜಿನುಗು
ಅರಿವಿನ ಪರಿಹರವಿನ ಪರಿಧಿಯ ಹೊರಹೊರಗೂ
ಅನುದಿನ ಜೀವನ ಮರೆಗೂ ಅದೇ ಮೊಳಗು.
ಅನಂತ ಧಾವಂತದ ಏದುಸಿರಲಿ ಜೀವ
ಏಕಾಂತದಿ ಜೀವಂತಿಕೆ ತಂತಿ ಮೀಟಿ - ಭಾವ

ಆದರ್ಶದ ಹೊರದರ್ಶನ - ಸೆರಗೊಳಗದೇ ಸ್ಪರ್ಶ
ಅನುಭವಗಳ ಭಟ್ಟಿ ಇಳಿದು ನೊರೆನೊರೆಯುತ್ಕರ್ಷ
ಕತ್ತಲೊಡಲ ಕಣಿವೆಗಳಲಿ ಕಂಗಳಲ್ಲಿ ಬೆಳಕು
ನಿತ್ಯ ನೂರು ನಂಟ ನಡುವೆ ಏಕಾಂಗಿಗೆ ಬದುಕು.

29.   ಅನುಭವ

ಸೌಗಂಧಿಕ ಸುಮವನರಸಿ
ಗಧೆಯ ಬೀಸಿ ಹೊರಟ ಭೀಮ.
ತುಳಿಯದ, ತಿಳಿಯದ ಹಾದಿ
ಗಂಧದ ಜಾಡು
ಮುಗಿಯದ ಕಾಡು.
ಸವೆದ ಹಾದಿ ಹಿಡಿಯಲಿಲ್ಲ
ಹಿಡಿದದ್ದೇ ಹಾದಿಯಂತೆ.
ಮುಳ್ಳು ಕಂಟಿ, ಗಿಡ ಗಮಟೆ
ನೀಡಲಿಲ್ಲ ಭಾರಿ ತಂಟೆ
ಕಾಲು ತಿರುಚು, ಸಣ್ಣ ಪರಚು
ಉತ್ಸಾಹಕೆ ತಡೆಯೆ?
ಕಲ್ಲು ಮುಳ್ಳು, ಎಲ್ಲ ಸುಳ್ಳು
ಗಮನಕವು ಎಡೆಯೆ?

ಅದೇ ಬೆಟ್ಟದ ಬುಡವಿರಬೇಕು

ಗಂಧ ಗಾಢವಾಯಿತು
ಮುಟ್ಟಿಬಿಟ್ಟೆ ಸ್ವಲ್ಪದೂರ
ಬಂದ ಕೆಲಸವಾಯಿತು.

ಕಾಲಿಗಡ್ಡ! ಬಳ್ಳಿಯೇನು?
ಏನು ತೊಡಕು?! ಅಲ್ಲ, ಬಾಲ!
ಕಪಿ ಕುಚೇಷ್ಟೆ! ಏನಿದೇನು?
ದೊಡ್ಡ ಕಪಿಯೇ, ಎಲಎಲಾ!
ಸರಿಸೀತೆ, ಇಲ್ಲ, ಗದೆಯ
ತುದಿಯಿಂದಲೂ ಸರಿಯದಲ್ಲ
ಎಡಗೈಯಲಿ ನೂಕಬೇಕು
ಊಹ್ಞೂಂ, ಎರಡೂ ಕೈಯ ಬೇಕು!
ಏನಿದಪ್ಪ ಇಷ್ಟು ಭಾರ?
ಬೆವರ ಒರೆಸಿ ಮುಗಿಸಲಾರ
ಕೈ ಸೋತಿತು, ಮೈ ಮಣಿಯಿತು
ಇಷ್ಟು ಕಷ್ಟ ಎಣಿಸಿದ್ದೆನೇ?
ಓಡಿ ಬಂದೆ ನೀಡಿ ಮಾತು
ಎಲ್ಲೋ ತಪ್ಪು ಗುಣಿಸಿದ್ದೆನೇ?
ಸಾಗಲಾರದೇನೋ ಮುಂದೆ
ಸಾಗದಪ್ಪ ಅಯ್ಯೋ ತಂದೆ!
ಅದೇನದು!! ಕಣ್ಣುಜ್ಜಿದ
ಬಾಲವೋ ಕಂಬವೋ!

ಪ್ರಖರತೆಗೆ ಕಣ್ಮುಚ್ಚಿದ
ವಿಶ್ವರೂಪ ಬಿಂಬವೋ!

30.   ಎಷ್ಟು ಬದಲಾಗಿದೆ!

ಎಷ್ಟು ಬದಲಾಗಿದೆ!
ನಾ ಬದಲೋ
ನನ್ನ ಜಗ ಬದಲೋ
ಮೊದಲಾದ ಬದಲಾವುದು?!

ಎದೆಹರವ ಮಿಕ್ಕಿ ಉಕ್ಕಿದ್ದ ಜೀವಜಲ
ಹದವಾವುದನು ಅರಿತು ಹರಿದಾಡಿತೋ!
ಆಸರೆಗೆ ಪರಿತಪಿಸಿ ಕಾತರಿಸಿ ಕೂಗಿದುತಿದ್ದ
ಹಾಡಹಕ್ಕಿಯ ಕಂಠಕೇನಂಟಿತೋ?

ಜೀವದ್ರವವನು ಹೊತ್ತು ಕಾವಿಲ್ಲದಳುತಿದ್ದ
ಭಾವತತ್ತಿಗೆ ಯಾವ ಕುತ್ತಡರಿತೋ?
ಮಾತೆ ಮಿದುವೆದೆಗೆ ಮೈಮರೆತಿದ್ದ ಮಗುವಿಂದು
ಹೊಸತಾವ ಸವಿಕಂಡು ಮೊಗದಿರುವಿತೋ?

ಯಾವ ಹೊಸ ದಿಕ್ಕು
ಯಾವ ಹೊಸ ಸಿಕ್ಕು
ಯಾವ ಹೊಸ ಅರಿವಿಗೆ ಅವಸರಿಸಿತೋ!
ಒಂದೇ ಧಾಟಿಗೆ, ಶ್ರುತಿಗೆ ಬೇಸರಿಸಿತೋ?!

31. ಕಳೆದು ಹೋಗಿದ್ದಾನೆ ಹುಡುಗ!

ಕಳೆದು ಹೋಗಿದ್ದಾನೆ ಹುಡುಗ,
ಬೆಳೆದು ಹೋಗಿದ್ದಾನೆ!

ಚಂದಿರನ ಕಡೆ ಚಿಕ್ಕೆ
ನಕ್ಕು ಕಣ್ಣಿವೆ ಇಕ್ಕಿದ
ಲೆಕ್ಕ ಇಡುತಿದ್ದವ.
      ಇಬ್ಬನಿಯ ತಬ್ಬಿನಲಿ
      ಹಸಿರು ಮೈ ತೆರೆದು
      ಹಸನಾದ ಬಗೆಗೊಂದು
      ಕಬ್ಬವಾದವ.
ಕೆಳಗೆ, ಸೆಳೆತಕ್ಕೆ
ಮಿಳಿತಕ್ಕೆ ಕಳವಳಿಸಿ
ಕನವರಿಸುತಲೇ
ಕಳವಾಗಿ ಹೋದವ.

ನಸುಕ ಕನಸಿರದವರ
ಕಸುವ ಕಸಿವರ ಕಂಡು
ಮುಸುಕಿನಲೇ ಬಿಕ್ಕಿದವ.
ಸ್ವಚ್ಛಂದದಲಿ ಸುಮವ
ಸಂಧಿಸುವ ಬಂಧಿಸುವ
ಸುಂದರದ ಚಿಟ್ಟೆ ಲೋಕದ
ಕಥೆಯ ಕಟ್ಟಿದವ.
ಕಾಡ ಹಕ್ಕಿಯ ಕೊರಳ-
ತೊರೆಯ ನೀರಿನ ಹೊರಳ -
ಮಗುವ ನಿದ್ದೆಯ ಮರುಳ-
ಮುಗುದೆ ಬಾಲೆಯ ಕುರುಳ-
ಕಡೆವ ಶಿಲ್ಪಿಯ ಬೆರಳ-
-ಲರಳ ಹೊರಟವ.
ಹೊಸ ರಸಕೆ ಹಸಿದವ
ಹಳೆ ಹೊಸತು ಬೆಸೆದವ
ಹೊಸತನಕೆ ಬೆರಗಾಗಿ
ಕರಗಿ ಹೋದವ.

32. ಮಾತು - ಮೌನ

ನೆಟ್ಟ ನಿಂತ ಮರಗಳ ಚಾಚಿದ ಕರಗಳ
ಬೆರಳುಗಳ ನಡುವೆ ನೇತಾಡುತ
ಕಣ್ಣು ಪಿಳುಕಿಸುತ
ಗೊತ್ತು ಗುರಿ ಇಲ್ಲದೇ ಅತ್ತಿತ್ತ ಹರಿದಾಡುವ
ಕೋತಿ - ಮಾತು.

ಮರದ ಮರೆಯಲ್ಲೆಲ್ಲೋ ಕೂತು
ಒಳಗೇ ಹೂತು
ಸುಮ್ಮನೆ ಗುಮ್ಮೆನ್ನುತ
ಕೋತಿಗಳ ಗದಬಡಿಸುವ
ಗೂಬೆ - ಮೌನ.

33. ಕೀವು

ಕಡುಕಪ್ಪು ಆಕಾಶವಿದೆ.
ಕರಿಮೋಡಗಳ ಸೆರಗಲ್ಲಿ
ಬೆಳಕಿನ ಚಿಕ್ಕೆಗಳು ನಗುತ್ತಿವೆ ಗೊಳ್ಳೆಂತ.
ಅಲ್ಲೊಮ್ಮೆ ಇಲ್ಲೊಮ್ಮೆ ಮಿಂಚುಬಳ್ಳಿ
ಹೊಡೆಯುತಿದೆ ಯಾರಿಗೋ ಫಳ್ಳೆಂತ.

ನೀ ಮಾಡಿದ ಗಾಯ ಕೀವಾಗಿ ಸೋರುತಿದೆ.

ನೋವಿನ್ನ ತಾಳದೇ -
ಹೃದಯ ಕವಿತೆಯನಪ್ಪಿ ಬಿಕ್ಕುತಿದೆ
ಯಾರಿಗೋ ಕೇಳದೇ?

34.   ನಗೆಯಲೇತಕೆ ಕೊಂದೆ?

ನೀ ಬಂದೆ, ಹೂ ತಂದೆ
        ಹೃದಯ ಸಂಭ್ರಮಿಸಿತು
ಕನಸ ಕಣಿವೆಗಳಲ್ಲಿ
        ಮನಸು ಪರಿಭ್ರಮಿಸಿತು
ನೀ ಬಂದೆ, ಕದ ಬಡಿದೆ -
        ತೆರೆಯಲೇ ಕಾದಿದ್ದೆ
ನೀನಿಟ್ಟ ಕಾಲ್ತೊಳೆಯ
        ತೊರೆಯಾಗಿ ಹರಿದಿದ್ದೆ

ಒಂದುಕ್ಷಣ ಬಿಗುಮಾನ
        ಅಲ್ಲದೇ ಅನುಮಾನ
ಎದೆಯ ಅಪ್ಪುಗೆ ನಿನಗೆ
        ಒಪ್ಪಿಗೆಯೇ ಎಂದು

ಎಲ್ಲೋ ವಿಷ -ಆ ನಿಮಿಷ
        ಮೊಗದಲೇನನು ಕಂಡೆ?

ಬಲಿದ ಒಲುಮೆಯ ಸೊಗವ
    ನಗೆಯಲೇತಕೆ ಕೊಂದೆ?

ತೆರೆದು ತೆರೆಮರೆಯೆಡೆಗೆ
    ನೋಡದೇತಕೆ ಹೋದೆ?
ಕರೆದು ಅಕ್ಕರೆ ನುಡಿಯ
    ಆಡದೇತಕೆ ಹೋದೆ?

ನಿನಗಿಟ್ಟ ಕಾಣಿಕೆಯ
    ಬೇಡದೇತಕೆ ಹೋದೆ?
'ನಿನ್ನೆದೆಯ ನೀಡೆಂ'ದು
    ಕಾಡದೇತಕೆ ಹೋದೆ?

ಪ್ರೀತಿಯೊರತೆಯ ಹರಿವು
    ನಿನಗದೇತಕೆ ಮರೆವು?
ಕರೆಗೆ ಪ್ರತಿಧ್ವನಿ ಕೂಡ
    ನಿನ್ನೊಳೇತಕೆ ಬರವು?

35.   ಮೋಹಿತ

ಕಣ್ಣ ತುದಿವರೆಗೆ ಬಂತು ಕಣ್ಣೀರು
ತುಳುಕಲಿಲ್ಲ - ನನ್ನ ಪ್ರೀತಿಯಂತೇ.
ಹೇಗೆ ನೀ ಬಂದೆ ನನ್ನ ಒಳಗೊಳಗೆ

ಎಷ್ಟು ತಳಮಳದ ಬೇಗೆ ಗಳಿಗೆ!
    ನನ್ನ ಮುದ್ದು ಕನಸುಗಳ ಜತೆಗೆ
    ಇದ್ದೆ ನಾನು ನನಗನಿಸಿದಂತೆ
    ಹೇಗೆ ಬಂತು ಈ ಭಾವ ಎನಗೆ
    ನಿದ್ದೆಗೈದ ಮಗು ಎದ್ದು ಬಂದಂತೆ
ಸುತ್ತ ಮಲೆತ ಜಗ
-ನನ್ನ ಲೋಕದಲ್ಲೇ
ಭಿನ್ನ ನೆಮ್ಮದಿಯರಸಿ
ಮುಗ್ಧ ಪರವಶ ನಾನು.
    ಎತ್ತಲಿಂದ ಮುತ್ತಿ ಬಂದೆ
    ಮತ್ತೇಕೆ ಅಲ್ಲೇ ನಿಂದೆ?
    ಒಳಹೊರಗೆ, ಹೊರಬಳಗೆ
    ಹರಿದಾಡಿ ಮೆರೆದೆ.
ಬಂದಂತೆ, ಅಲ್ಲೇ ನಿಂದಂತೆ
ಇದ್ದಂತೆ, ಇಲ್ಲವಾದಂತೆ
ನಿಜ-ಭ್ರಮೆಗಳೊಲಾಟ
ಬೆಳಕು-ಕತ್ತಲ ಆಟ
    ಹಾತೊರೆದು ಕರೆದಂತೆ
    ಹಾ! ತೊರೆದು ಮರೆತಂತೆ
    ಕಣ್ಣಲ್ಲೇ ಕುಡಿದಂತೆ
    ಕಡೆಗಣಿಸಿದಂತೆ.
ಹೃದಯ ತುಡಿಯುತಲಿದೆ

ನಿನಗಲ್ಲ, ನಿನ್ನ ಪ್ರೀತಿಗೆ
ಸುಡು ಕಾಮ, ಸುಡು ದೇಹ
ಅಲ್ಲವಿದು ಈ ದಾಹ
ಚೇತನವು ಚೀರುತಿದೆ
ನಿನ್ನ ಮಾತಿನ ದನಿಗೆ
ಬಾಯಾರಿ ತವಕಿಸಿಹೆ
ನಿನ್ನ ಪ್ರೀತಿಯ ಹನಿಗೆ.
ನಿನ್ನ ಮನಸನು ಅರಿಯೆ
ಸಂದೇಹದಲಿ ಬೆಂದೆ
ನಿನ್ನ ಕನಸನು ಮರೆಯೆ
ಕನವರಿಸುತಲಿ ನೊಂದೆ.
ಒಮ್ಮೆ ಒಲವಲಿ ನೋಡು
ತನ್ಮಯದಿ ಮೈಮರೆವೆ
ತುಟಿ ಬಿರಿದು ನಗೆ ಬೀರು
ಧನ್ಯತೆಯ ನಾ ತಳೆವೆ.

36.   ಕೊಂಡಿಗಳು

ಹೃತ್ಕವಾಟ ಪದರುಗಳ ಅಸ್ಪಷ್ಟ ಸ್ತರಗಳಲಿ
ಮುತ್ತಿಡುತ ಕಚ್ಚಿಕೊಂಡ ಮಸುಕು ಕೊಂಡಿಗಳೇ
ನಿಮ್ಮಳದ ನಿಟ್ಟುಗಳ ತುತ್ತ ಊದುತ ರಕುತ
ಬಿಂದುಬಿಂದುಗಳಿಂಗೆ ತತ್ತ ಬಿತ್ತರಿಸುವಿರಾ?

ಇಲ್ಲದಿರೆ ಧಮನಿಯಲಿ ಧುಮುಗುಡುವ
ಸುಪ್ತ ಚೈತನ್ಯದ ಸತ್ವ ಹೀರಿ ಕುತ್ತಾಗುವಿರಾ?

ನಿಮ್ಮ ಇರುವಿಗೆ ಎನ್ನೆದೆಗೆ ಮಧುರ ಸ್ವಾಗತವೀವೆ
ಬಾಹುಗಳ ವಿಸ್ತರಿಸಿ, ಊರಿ ಹದಗೊಳಿಸಿ
ಕ್ಷೀಣ ಬಂಧಗಳ, ಒಣ ದಿವಸಗಳ ಕಾತರದಿ
ಕಾಣೆಯಾಗಿಸಲಾಶೆ ಹೊಸತನವ ಹರಸಿ.

ನಿಶ್ಚಲ ನಿರೀಕ್ಷೆಯಲಿ ಈ ನಿವೇದನೆಗ್ಗೈವೆ
ಸಂಭ್ರಮದಿ ಸಹಕಾರ ಚಾಚಿ ಬನ್ನಿ
ಕತ್ತಲಾಳದಿ ಕುದಿದು ಕರಕಲಾಗುತ ನಡೆವ
ಕನವರಿಕೆಗಳ ಕನಿಕರಿಸಿ ತಣಿಸಿ, ಚೇತರಿಸಿ.

ಬೆದರಿ, ಮೈಮುದುಡಿ, ನಡುಗಿ ನಶಿಸುವ ಭಾವ
ತತ್ತಿಗಳ ತಲೆಗಳಿಗೆ ಕಾವ ತನ್ನಿ
ಬೆತ್ತಲಾಗುತ ಹರಡಲಸದಳವ ಹರಿದುರಿಸಿ
ಸಖ್ಯ ಸನಿಹದಿ ಉಸುರಿ ಹಸನುಗೊಳಿಸಿ.

37.   ಕನಸಿದೆ

ಮೇಜ ಮೇಲಿನ ಕಾಲೇಜು ಪುಸ್ತಕಗಳ
ಪೇಜುಗಳಷ್ಟೇ ಖಾಲಿಖಾಲಿಯಾಗಿ;
ಜರಿದು ಜೋತುಬಿದ್ದ ಜೇಡರೆಳೆಗಳ

ಅವಶೇಷಗಳ ಅರುಗಿನಲಿ ತುಕ್ಕಾಗಿ;
ಜೋಮಿಂದ ಕಾಲು ಜುಂಗುಡುವ ಶಬ್ದ
ಮಂಡಿಯ ಮೇಲೂರಿದ ಮೊಗದಿಂದ
ಮೆದುಳಲಿ ಪ್ರತಿಧ್ವನಿಸುವಂತಾಗಿ;
ನೊಸಲ ನೆರಿಗೆಗಳ ನಡುವೆ
ನುಗ್ಗಾಗಿ, ಮುಗ್ಗಾಗಿ;
ಭ್ರಮರಕ್ಕೆ ಮೊಗ್ಗಾಗಿ;
ಭ್ರಕುಟಿಗಳೆದುರು ಹುದುಗುವ
ಹರಿಣಗಣ್ಣುಗಳ ಗದರಿ ಕುದುರಿಸುತಲಿ;
ಸಂಕುಚಿಸುವ ಕೋಣೆ - ಒತ್ತಡದಿ
ಉಸಿರು ತಡಬಡಿಸಿ
ಗೋಡೆಗಳ ಕೂತಲ್ಲಿಂದಲೇ ವ್ಯರ್ಥ ದೂಡುತ
(ಶ್ರಮಿಸುತಲಿ?)
ಅಶಕ್ತ ಬೆರಳುಗಳ ಭವಿಷ್ಯವ ಭ್ರಮಿಸುತಲಿ
ಕೊನೆಗೆ-
ಬಿರುಕಿನಿಂದ ಬಿರಿಯುವ
ಬೆಳಕಿನೀಟಿಗೆ ಬೆನ್ನಾಗಿ,
ಧೂಳಜಾಲವನಪ್ಪಿ ಕನಸಿದೆ.

38. ಓ ಶಕ್ತಿ!

ಓ ಶಕ್ತಿ! ರಮಣೀಯ ಮುಕ್ತಿ!
ಆವರಿಸೆನ್ನನು ಹದಗೊಳಿಸು
ಎನ್ನನು ಬಳಸು, ಬರೆಸು.
ನರನರವೆಲ್ಲಾ ಜಡವಾಗುತಿವೆ
ಹೃನ್ಮನಸುಗಳು ಬಡವಾಗುತಿವೆ
ಓ! ಓ! ಸುಡುತಲಿದೆ!
ಚೈತನ್ಯದ ಭಲ ಉಡುಗುತಿದೆ.
ವರ್ಷದ ಮೊರೆಯಿಲ್ಲದೆ ತೊರೆ ಬತ್ತುತಿದೆ
ತುತ್ತೂಡದೆ ತುಟಿ ಬಿಳಿಚುತಿದೆ.
ಹದಗೊಳಿಸು
ನೀ ಭಿದ್ರಗೊಳಿಸು
ಓ! ಅಳಿಸು, ಅಳಿಸು
ನೀನಳಿಸಲು ಉಳಿಸಿದವೊಲು
ನಗಿಸಿದವೊಲು
ಮಣಿಸಲು ಕುಣಿಸಿದವೊಲು
ಕನಸಾಗುತಿದೆ; ಕನಸಿಸುವಾಶೆ
ಅಧರಕೆ ಊಡಿಸು ಮಧುರ ನಿಶೆ.

ಓ ಶಕ್ತಿ! ಹರಿಯೆನ್ನಲಿ ಹರಿ
ಉಕ್ಕೇರು, ನೀ ದಡ ಮೀರು

ನಿನ್ನೊಳಗೆನ್ನನು ಒಲವಲಿ ಹೀರು
ಬರೆಬರೆಸುತ ಹಗುರದಿ ಬೀರು.

ಓ! ಭಾವಗಳ ಬೆಂಗಾವಲಲಿ
ಅಚ್ಚರಿಯ ಸಹಚರ್ಯದಲಿ
ಮುಗ್ಧತೆಯ ಮೆದು ಮಾರ್ಗದಲಿ
ಚಿಂತನೆ ಚಿಮಣಿಯ ಜ್ಯೋತಿಯಲಿ
ಬಾಬಾಬಾಬಾ ಬಾಬಾಬಾ
ಆವರಿಸೆನ್ನನು ಹದಗೊಳಿಸು,
ಮುದಗೊಳಿಸು, ಭಿದ್ರಗೊಳಿಸು.

39.   ಕತ್ತಲೆ

ಕಣ್ಣಗಲಿಸಿ, ಕತ್ತಲ ವರ್ತುಲದತ್ತ
ನೀಡಿಹೆ ದಟ್ಟ ನಿರೀಕ್ಷೆಯ ದೃಷ್ಟಿ
ದಿಟ್ಟಿಸಿದಷ್ಟುದ್ಧಕೂ ಕಾಡಿಗೆ
ತೀಡಿದ ಕಗ್ಗತ್ತಲ ವೃಷ್ಟಿ.
ಕತ್ತಲ ಕಣಿವೆಯ ಕರಿಜೇಡಗಳು
ಒತ್ತಾಗಿಸುತಿವೆ ಕಪ್ಪನೆ ನೇಯ್ಗೆ
ಮುತ್ತುವ ಎಳೆಗಳ ಸೀಳುತ ಸಾಗಿರೆ
ಸುತ್ತುತ್ತಿವೆ ಸಿಕ್ಕಾಗುತ ಮೈಗೆ.
ಬೆನ್ನಟ್ಟುತಿವೆ ಹಸಿದ ಬಾಯಿಗಳು

ರಕ್ಕಸ ಹೊಟ್ಟೆಯ ಸಲಹಲಿಕೆ
ಕತ್ತಲ ಸೀಳುತ, ಏಳುತ ಬೀಳುತ
ಓಡುತಲಿಹೆ ಮೂಡದ ಬೆಳಕನು ಮುಟ್ಟಲಿಕೆ.

40.   ಈ ಮೌನ

ಮುದುಡುವ ಮಾತುಗಳ ಮಧ್ಯದ
ಮೌನ ಮಹಾ ಮಾಟಗಾರ
ಕನಸಿನ ಮುಗಿಲುಗಳನು ಕಡೆದು
ಮಾತಿನ ಮಿಂಚುಗಳೊಡೆಯಲು
ಎಳೆಸುವ ಹೂಟಗಾರ.
ಗುಡುಗಿನ ಗದ್ದಲದಂಚಿನ ಮೌನದ
ಸುರಿಮಳೆ - ತಂಪು ತೃಪ್ತಿ
ತೋರ್ಪಡಿಕೆಯ ತೆವಲಲಿ ತೆವಳಿದ ನುಡಿಗಳು
ನುಡಿಯದ, ಮಿಡಿಯದ ಭಾವವ ಬೆಚ್ಚಗೆ
ಬೀರುವುದು ಈ ಮೌನದ ಶಕ್ತಿ.

41.   ಯಾವ ಭ್ರಮೆಯ ಭ್ರಮರವಿದು?

ಚುಚ್ಚು ಮೊನೆಯ ಮುಳ್ಳು.
ಮುಟ್ಟಲಾರದ ಜೊಳ್ಳು.
ಖುತುಗತಿ ಜತೆ ಕಳೆ

ಕಳೆದು ಕೂಡುವ ಎಲೆ.
ಎಳೆ ಎಳೆ ಸೊಗಸಿನ
ಮಾಯದ ಜೇಡರ ಬಲೆ.
ಮೈಸವರಿ ಪಕಳೆಗಳ ಕಬಳಿಸುವ ಜಂತು.
ಕ್ಷಣಕ್ಷಣಕೂ ಅದೇ ಅನುಭವಗಳ ಕಂತು.
ಕಣ್ಣ ಬಿಡಲು
ಬಾಯ್ದೆರೆಯಲು
ಬೆದರಿ ಬೇಸತ್ತು ಮೊಗ್ಗಾದೆ.

ರವಿರಶ್ಮಿಯ ಬಿಸಿಯ ಬೆರಳ
ಅರಸುವಿಕೆಗೆ ಅರಳದಾದೆ.
ಕವಿ ಕೋಗಿಲೆ ಕರೆವ ಕೊರಳ
ಕಿರು ದನಿಹೂ ಕಿವುಡನಾದೆ.
        ಮಂದ ಪವನ ಸುಳಿದರೂ
        ಗಂಧ ಬೀರಿ ಬಿರಿಯದಾದೆ
        ಚಂದ ವದನ ಚಂದ್ರಿಕೆಯ
        ಮಂದಹಾಸ ಮರೆತುಹೋದೆ.
ಮುಂಜಾನೆಯ ಮಂಜು ಕೈ
ನೇವರಿಕೆಗೂ ನಿಲುಕದಾದೆ
ಚಿಕ್ಕೆ ಲೋಕ ನಕ್ಕು ಮೈ
ತೆರೆದರೂ ಕಲುಕದಾದೆ

---x---x---

ಲಜ್ಜೆ ದನಿಯ ಗೆಜ್ಜೆ ಹೆಜ್ಜೆ

ಭಾವ ಬಾಣ ಹೂಟ ನೋಟ

ಕಾವು ಕೂತು ಬಿರಿದ ಮಾತು

ಮರೆತು ಸನಿಹ ಏನೋ ತರಹ

ಮರೆಗೆ ನೆವದಿ ಮುಟ್ಟಿ ಬೆವೆತು

ಬೆರಗು ಬೆರೆತು ಹೊಸತು ಕಲಿತು

ಬಿಗುವು ಸಡಲಿ ಸಲಿಗೆಗಿಳಿದು

ಕೆಳೆಯ ಎಳೆಯು ಹೊಸೆದು ಬೆಸೆದು

ಕಲೆತು ಅರಿತು ಎಲ್ಲ ಮರೆತು

ಆಪ್ತತೆಯ ಉಬ್ಬರದಲಿ

ಸೆಳೆತಕೆಳಸಿ ಲಿಪ್ತವಾಗಿ ...

ಲುಪ್ತವಾದೆನೇ?

...

ಬರಿದು ಕೈಗಿತ್ತ

ಭರವಸೆಯ ಬುತ್ತಿಯೇ?

ಸುಳ್ಳು ಸುಖದಲಿ ಸುಪುಪ್ತಿಯೇ?

ಯಾವ ಭ್ರಮೆಯ ಭ್ರಮರವಿದು?!

ಒಳಗ ಬಳಸಿ ಅಲುಗಿಸಿದ

ಭಾವ ದಳಗಳ ನಲುಗಿಸಿದ

ಯಾವ ಕನಸ ಕರವಿದು?!

ಯಾರ ರಮ್ಯ ವರವಿದು?!

42. ಹುಡುಕಾಟ

ಯಾವ ಭಾವವೋ ಇಲ್ಲಿ
ಚೇವ ಸ್ರವಿಸುತಿರುವುದು
ಜಡತೆಗೊಪ್ಪಿದ ಜೀವ
ಜಲವ ದ್ರವಿಸುತಿರುವುದು

 ಜಗದಿಂದ ಮೊಗದಿರುಹಿ
 ಮಗುದೇನೋ ಗುಣಿಸುತಿರುವುದು
 ಕಾಣದಿಹ ತಾಣದಲಿ
 ಕಾವ ತಣಿಸುತಿರುವುದು

ನಿತ್ಯ ನಂಟಿನಾಚೆ ಒಂಟಿ
ಸ್ವರವ ತೆರೆಯುತಿರುವುದು
ಅರಿವ ಮೀರಿ ಅರಿಯದೇನೋ
ಇರುವ ಕರೆಯುತಿರುವುದು

ಕಾಂತಾರದಲಿ ಕಲ್ವತರುವ ಕಲ್ವಿಸುತಿಹುದೋ?
ತಾರಗೆಗಳಾಚೆ ಯೋಚನೆಯ ತಲುಪಿಸುತಿಹುದೋ?
 ಎಲ್ಲೋ ಪಥಿಸಿ, ಏನೋ ಮಥಿಸಿ
 ಏನು ಅರಸುತಿರುವುದೋ?
 ಯಾವ ಸುಪ್ತ ತೃಷೆಯು ಕಾಡಿ
 ತೃಪ್ತಿ ಮರೆಸುತಿರುವುದೋ?

43.   ಆ ದಿನಗಳು

ಅರಿವಾಗುವ ಮುನ್ನವೇ ಭರದಲಿ ಸಾಗಿದ

ಮನಸದು ಮರೆಯದ ದಿನಗಳವು

ಸಿಹಿ ಸಂತೋಷವ ನೀಡುವ ಸರ್ವವೂ

ಬೇಕೆಂದೆನಿಸಿದ ದಿನಗಳವು

ಬೆಳ್ಳಕ್ಕಿಯ ಕರೆಕರೆಯುತ ಉಗುರಿಗೆ

ಉಂಗುರ ಬೇಡಿದ ದಿನಗಳವು

ಭೂಮ್ಯಾಕಾಶಕೆ ಕತ್ತಲು ಹೊದ್ದರೂ

ಆಟವೇ ಮುಗಿಯದ ದಿನಗಳವು

ಆಜಾದ್ ಭೋಸರ ವೀರಗಾಥೆ ಮೈ-

ಮನದಲಿ ಮಿಂಚು ಮೂಡಿಸಿದ ದಿನಗಳವು

ಆನೆಗಲ್ಲಿನ ಮಳೆ ಮೇಳ್ಯಸಿರೆ

ಆಯ್ದು ಬಾಯ್ಬಿಟ್ಟ ದಿನಗಳವು

ಚಲನಚಿತ್ರದಲಿ ತಲ್ಲೀನತೆ ಪಡೆಯುತ

ಕಣ್ಣೀರ್ಗರೆದಿಹ ದಿನಗಳವು

ಚವತಿಯ ಚಂದ್ರನ ನೋಡಿದ ಭಯದಲಿ

ಗಣಪಗೆ ಸುತ್ತಿದ ದಿನಗಳವು

ಹುಡುಗರ ಪಡೆಯಲಿ ಒಡೆತನ ಪಡೆಯಲು

ಹೆಣಗಾಡಲು ತೊಡಗಿದ ದಿನಗಳವು

ಜಗಳದ ಕೊನೆಯಲಿ ಟೂಟೂ ಮಾಡುತ

ರೋಷವ ತೋರಿದ ದಿನಗಳವು

ಗುಡುಗಿನ ಸಿಡಿಲಿನ ಕೋಲ್ಮಿಂಚಿನ ಕ್ಷಣ
ಮನೆಯೊಳು ಮರೆಸಿದ ದಿನಗಳವು
ಗೂಬೆಯ ದನಿಯಲಿ ಗೂಢವ ಕಾಣುತ
ಗಡಗಡ ನಡುಗಿದ ದಿನಗಳವು
ನಕ್ಷತ್ರವ ಕಟ್ಟಿದ ಆಗಸ ಹಾಸದು
ಅಚ್ಚರಿಪಡಿಸಿದ ದಿನಗಳವು
ಮುಂಗಾರಿನ ಮಳೆ ಮೊಂಡು ಹಿಡಿದಿರಲು
ಬೇಸರವೆನಿಸಿದ ದಿನಗಳವು
ಅಮ್ಮನ ಬಾಯದು ಗುಮ್ಮನ ಕರೆಯಲು
ಸುಮ್ಮನೆ ಮಲಗಿದ ದಿನಗಳವು
ಅಪ್ಪನ ಅಂಕೆಯು ಎನ್ನೊಳಗಿನ ಸಾಹಸಿ-
-ಗಂಕುಶವಿಟ್ಟ ದಿನಗಳವು
ಹುಲ್ಲಿನ ಹಾಸಿನ ಬ್ಯಾಣದಿ ಹೊರಳುತ
ಅಡಗಣ್ಣಾಡಿದ ದಿನಗಳವು
ಉಚ್ಚೆಯ ಹಾರಿಪ ಪಂದ್ಯದಿ ಹೆಚ್ಚಳ
ತೋರಲು ಪರದಾಡಿದ ದಿನಗಳವು
ಗುರುಗಳ ಶಿಕ್ಷೆಯು ದುಃಖವ ಉಕ್ಕಿಸೆ
ರಕ್ಷೆಯೇ ಇಲ್ಲೆನಿಸಿದ ದಿನಗಳವು
ದುಃಖ ದುಗುಡಗಳು ಕಣ್ಣೀರನು ಚಿಮ್ಮಿಸಿ
ಮನವ ಬರಿಗೈದ ದಿನಗಳವು
ಹುಡುಗಿಯರೆಲ್ಲರೂ ಅಕ್ಕರೆಯಕ್ಕದಿ-
-ರೆನಿಸಿದ ಸಕ್ಕರೆ ದಿನಗಳವು

ಲೊಟ್ಟೆಯ ಮಾಡಿದ, ಗುಟ್ಟನು ಹೇಳಿದ

ಅಟ್ಟದಿ ಉರುಳಿದ ದಿನಗಳವು

    ಮುಗ್ಧತೆ ಮುಸುಕಿದ ಮನಸಲಿ ಕಲ್ಪನೆ-

ಲೋಕವನೀಂಟಿದ ದಿನಗಳವು

ಕಾಲನ ಕೈಚಳಕದಿ, ಸಂಚಲಿ ಸಿಲುಕಿ

ಮಿಂಚಿಹೋಗಿರುವ ಕ್ಷಣಗಳವು.

44.   ಅಕ್ಷರ ಬಾಲ್ಯ

ಅಲ್ಲಿ ಇಲ್ಲಿ ಎಲ್ಲ ಮೀರಿ

ಆಟವಾಡಿ ಕಲ್ಲು ಬೀರಿ

ಇಳಿದು ಕೆರೆ ಕೊಳ್ಳ ಸುಳಿದು

ಈಜಾಡಿ ಮೋಜಿಗಿಳಿದು

ಉಂಟೆ ಇದಕೆ ಎಲ್ಲೆ– ಸುಳ್ಳೆ!

ಊರ ಕಿಲ್ಲೆ ಹೊಡೆದು ಕೊಳ್ಳೆ

ಋಣಿ – ಆ ಕಾಲ ನೆನಪಿನಲ್ಲಿ!

ಎತ್ತು-ಗಾಡಿ, ಆ ಮೆತ್ತು-ಮಹಡಿ!

ಏನು ಕಣ್ಣುಮುಚ್ಚಾಲೆಯ ಮೋಡಿ!

ಐಸ್ಕ್ರೀಂ ಎರಡೇ ಪೈಸೆಗೆ ನೋಡಿ!

ಒಳ್ಳೆತನದಿ, ಮತ್ತೆ ಮಳ್ಳುತನದಿ

ಓದಿಬರೆದು ಉಕ್ತಲೇಖನ ತಿದ್ದಿ

ಔದಾಸೀನ್ಯದ ಮಿತಿಯನು ಕಳೆದು

ಅಂಕ-ಸಂಖ್ಯೆಗಳ ಅಂಕೆಗೆ ತಂದು, ಅಂ-

ಅಃ ಕಕಾಕಿಕೀಕುರುಕುರೂ

ಕೆಲಿಯುತ ಸಾಲೆಗೆ ಹೋಗಲು ನಾ ಶುರೂ

ಖಗೋಳ ಭೂಗೋಳ ಗೋಳಿನ ಗೋತ್ರ

ಗಣಿತದ ಲೆಕ್ಕೆ ಸುಲಭದ ಸೂತ್ರ-

ಘಟ್ಟಿಸಿದ ಬಾಯಿಪಾಠವೇ ದಿವ್ಯ-

ಜೀವನ - ಪರೀಕ್ಷೆ ಬರೆಯಲು ಮಾತ್ರ!

ಚಂಡೆಯ ಸದ್ದಿಗೆ, ಭಾಗವತರ ಬಲು

ಛಂದದ ಹಾಡಿಗೆ, ತೂಗಿ ಬರುವ ತೂಕಡಿಕೆಗೆ

ಜಗ್ಗದೆ, ಚೆಕ್ಕಸ ಬೆರಗಲಿ ಬೆದರುತ -

ಯ್ಥುಳಂಪಿಸುವ ರಕ್ಕಸ ವೇಷಕೆ

ಜ್ಞಾನವೇ ಇರದೇ ಜಗದ ಪರಿವೆಗೆ!

ಟ್ರಪಟಪ ಸುರಿಯುವ ಆನೆಯ ಕಲ್ಲನು-

ರವಣಿಸಿ ಮೆಲ್ಲಲು ಹವಣಿಸಿ ನಿಲ್ಲಲು

ಡವಡವವೆನಿಸುವ ಗುಡುಗಿಗೆ ಸಿಡಿಲಿಗೆ

ಧಗೆ ಧಾಂಗುಡಿಸುವ ಮಿಂಚಿನ ಸಂಚಿಗೆ-

ಇಮೋ ನಮೋ ಎಂದೆನುತಲಿ ಮನದಲು

ತರಗತಿ ಮಾಸ್ತರು ತಿರುಗಿಸಿ ಕೋಲನೆ

ಥಳಿಸುವ ಮೈಚಳಿ ಬಿಡಿಸುವ ಬವಣೆ

ದಕ್ಕದ ಅಂಕಕೆ ದುಃಖಿದ ಕುಲುಮೆ-

ಧಗೆಯಲಿ ಉಕ್ಕಿದ ಉಮ್ಮಳ ಚಿಲುಮೆ

ನರಳಿದ್ದುಂಟು ಕೆರಳಿದ್ದುಂಟು

ಪರವಶದೆಡೆಗೆ ತರಳಿದ ಮನಸು-

ಫಲಿಸಿದ ಆಸೆಗೆ ಅರಳಿದ್ದುಂಟು

ಬಲಿಯುತ ಬೆಳೆಯುತ ಕಳೆಯಿತು ವಯಸು

ಭತ್ತದ ಕಣದಲಿ ಬೆಂಕಿಯ ಬೆಳಕಲಿ

ಮತ್ತ ಆಲೆಮನೆಯ ಮಾಯಾ ನಸುಕಲಿ

ಯಕ್ಷ - ಭೂತಗಳ ಕತೆಗಳ ಪುಳಕ

ರಕ್ತ ಪಿಶಾಚಿಗಳ ಕಂಡ ತೆರ ನಡುಕ

ಲಗಾಮಿಲ್ಲದ ರಜೆ- ಬಂದರೆ ಬೇಸಿಗೆ

ವರವದು ನಮಗೆ ವರುಷದ ಕೊನೆಗೆ

ಶರಣು ಬಂದು ದೈವಕೆ ನಮಿಸುತ

ಷಟ್ಪದಿ ಓದುವ ಅಪ್ಪನ ಆಲಿಸುತ

ಸವಿತಿಂಡಿಗಳಿಗೆ ಅಮ್ಮನ ಬೇಡುತ

ಹರೆಯದ ಹೊಸಿಲನು ಹತ್ತಿದ ಪರಿಯ

'ಳ'ವರೆಗೂರೆದಿಹ ಕವಿತೆಯ ಹೇಳು!

45.   ಕವಿತಳಿಗೆ

ಕವಿತಳೇಕೋ ಕಾಣೆ
ಮೊಗ್ಗಾಗಿ ಅಗಲಿ
ಬಿಚ್ಚಿಕೊಳ್ಳದೆ ಹೋಯ್ತು
ದಿನಗಳೆಷ್ಟೋ ಉರುಳಿ.
   ಆಡದೆಯೇ ಉಳಿದಿಹುದು
   ಕೇಳಲರಿದವರಿರದೆ
   ಮಾತೆಷ್ಟೇ ಆಡಿದರೂ
   ಮೌನದಾಳದಲಿ.

ಕವಿತ, ನೀನು ಜೀವಭಾಷೆ,
ಭಾವಭಾಷೆ, ನಂದನ
ನನ್ನ ಒಳಗಿನ ಅಳುವು ನಗುವಿನ
ಸ್ನಿಗ್ಧ ಸುಂದರ ಮುಗ್ಧ ಸ್ಪಂದನ.
   ನಿನ್ನ ಮೋಹದ ಮೋಡಿ ಸಾಕು
   ಬೇರೆ ಸ್ನೇಹ ಏಕೆ? ನೂಕು
   ಹಿರಿಹಿರಿದು ನಾ ಹರಡಿಕೊಳ್ಳುವೆ
   ಬೇಸರಿಸದೆ ನೀ ಬಳಸಬೇಕು.

ಒಮ್ಮೆ ತಪ್ಪಿಯೋ ಅಪ್ಪಳೆಸುವೆ
ನಾನೊಪ್ಪದಿದ್ದರೂ ಲೀನವಾಗಿ,
ಭಾವಸಾಗರ ಮೊಗದ ತುಂಬಾ
ಮುತ್ತು ಸುರಿವ ಮತ್ತಿನ ಹುಡುಗಿ.

ಬೇಸರಿಸೆ ಬಳುಕುತಲಿ ಒಲಿವಳು
ರಮಿಸುವಂದದಿ ರೂಪಸಿ.
ಕಣ್ಣುಮುಚ್ಚಾಲೆಯಲಿ ಕಾಡುವ
ತನ್ಮಯದ ತೆಕ್ಕೆಯಲಿ ತೂಗುವ
ಚಿನ್ಮಯಿ ಚಿರಪೋಡಶೀ.
ಬಂದೇಬಂದಳು ಎಂದುಕೊಳುತಿರೆ
ಹಿಂದೆ ಜೀಕುತ ಜಿಗಿವಳು
ಸೆರಗ ಹಿಡಿದು ಬೆನ್ನ ಹತ್ತಲು
ಒಯ್ಯನೊಯ್ಯನೆ ಬರುವಳು.
ಕವಿತ ಜಾಣೆ
ನುಡಿಗೆ ಮಿಡಿದು
ಸಿಡಿದು ಸಾಕಾರ
ತಳೆವಳು.
ನನ್ನ ಬೆಚ್ಚುವಂತೆ ಬಿಚ್ಚಿ
ರಮ್ಯವಾಗಿ ಅಳೆವಳು.
ಬರುವೆನೆನೆ ಬರಗೊಳಲುಬೇಕು
ಬೆಳಗಿ ಬುದ್ಧಿಯ ಆರತಿ
ಮಸುಕು ಮಾಡುವ ಮುಸುಕು ಸರಿಸುತ
ಸೃಜಿಸಬೇಕು ಆಕೃತಿ.

ಮರೆತರಾಯಿತು ಮುನಿಸು ತೋರುತ
ಮರೆಗೆ ಜಾರುವ ಮಾಯಾಂಗನೆ!

ಬಿಂಕಬಿಟ್ಟು ಬಂದುಬಿಡು ನೀ
ಬಾರದಿದ್ದರೆ ಬಿಡುವೆನೇ?
ಕವಿತ ಏಕೆ ದೂರ ಸರಿವೆ
ಸದಾ ಸನಿಹದಿ ನೆಲೆಸದೇ
ತೃಪ್ತಿ ತಿಳಿಯದು ಚಿರಂತನದಿ
ನಿನ್ನ ಮಡಿಲಲಿ ಮಲಗದೇ
ಕವಿತ ಎನ್ನದೊಂದೆ ಅರಿಕೆ
ಒಂದೆ ಆಶೆ ಬಲ್ಲೆಯ?
ಎನ್ನ ಮರೆಸಿ ನಿನ್ನ ಬರೆವೆ
ಎದೆಯನಾಳುತಿರುವೆಯ?

46.   ಹೀಗೊಮ್ಮೆ ಎನಿಸಿತು

ಮನವು ನಗುತಿರಬೇಕು
ಅಳಲ ಮರೆಯಲುಬೇಕು
ಕಾಣುತಿರಲಾನು ಸರಳತೆಯ ಸಂತಸವ.
ಅಳುವ ಮೊಗ್ಗೆಯ ಬಸಿರು
ಬಿರುದು ನಗೆ ಕಣ್ ಬಿಡಲಿ
ಬೇರೊಂದು ನಗೆಹೂವು ಬಾಡದಂತೆ.
ಮರೆವು ದುಃಖಕ್ಕಿರಲಿ
ಪ್ರೀತಿ ಸರ್ವರರಿರಲಿ
ವಿಶ್ವದಂತಿರಲೆನ್ನ ಮನದ ವೈಶಾಲ್ಯ.

ಕಹಿಕ್ಷಣದಿ ಸಹ ನಗುವು ದನಿದನಿಸಲಿ.
ತೃಪ್ತಿಯೇ ಸುಖಕೆಲ್ಲ ಮೂಲವಂತೆ;
ಎನಗಿರಲಿ ತೃಪ್ತಿ
ದುಃಖಿದೆಸೆಯೆಡೆ ತೋರ್ವ
ಚಿಂತನೆಗಳಾಳವನು
ಇರಿವ ಘನಶಕ್ತಿ.

    ಒಲವು, ಚೆಲುವಾರಾಧಿಸುವ
    ಚೇತನದ ರಕ್ತದಲಿ
    ತೊಯ್ದುಹೋಗಲಿ ಎನ್ನ ಧಮನಿ.
    ನಾಳೆ-ಇಂದುಗಳಲ್ಲಿ
    ನಿನ್ನೆ ಎಂಬುದು ಮರೆತು
    ತುಂಬಿ ಬರಲಿ ಸಂತಸದ ಜೇನಹನಿ.

ಎನ್ನಲಿರುವುದ ಬೀರಿ
ನಗೆಯ ಹಂಚಲಿ ನಾನು
'ಕಾಲ'ನೆಳೆಯುವವರೆಗೆ
ಸುಖಿಸಿ, ಸುಖ ನೀಡಿ.
ಸಮತೆ-ಪ್ರೀತಿಯ ಜಗದ
ಕನಸು ನನಸಾಗಲಿಕೆ
ಜೀವವಾಗಲಿ ಮುಡಿಪು
ಅಖಿಲ ಕಾಣಿಕೆಯಂತೆ.

47. ಗೆಳೆಯ

ಅರಿವು - ಅಳಲುಗಳನು ಅಳೆಯಲರಿವ ಭಾವಬಂಧು
ಭಾವದಲೆಗಳೊಡನೆ ಏರಿ ಇಳಿವ ನಾವೆಯೊಂದು
ಕ್ಷಣಕ್ಷಣಗಳ ಸ್ಪಂದನಗಳ ಸೆರೆಯ ಹಿಡಿವ ಒಡನಾಡಿ
ಇತಿಮಿತಿಗಳ ಗತಿ-ಪಥಗಳ ಪ್ರತಿಫಲಿಸುವ ಕೈಗನ್ನಡಿ.

ತಮದ, ಬೆಳಕ - ಕಡೆ ತೋರುವ ದಿಟ್ಟ ಬೆರಳು
ನೆನೆದ ಸ್ವರವ ಒಡನೆ ನುಡಿವ ದಿವ್ಯ ಕೊಳಲು.

ಕನಸು ನುಚ್ಚಾದಾಗ
ಮನನೊಂದು ಅತ್ತಾಗ
ಅರ್ಥೈಸಿ ಸಂತಯಿಪ ಜೀವ.
ನನ್ನ ಸ್ವಾರ್ಥ, ಹುಳುಕು ಬಲ್ಲ
ಅಂತೆಯೂ ಒಡನಾಡಬಲ್ಲ
ಮಾನವತೆಯ ಮೂರ್ತಿ.

48. ಸೌಂದರ್ಯ

ಶೋಕ, ತಾಪ ತುಂಬಿ ಬಳಲಿ
ಬಸವಳಿದಿಹ ಜನರ ಮನಕೆ
ಹೊಸತನವನು ತುಂಬಲೆಂದೆ
ಸೌಂದರ್ಯವ ತುಂಬಿ ನಿಂದೆ

ಚಿರಯೌವನೆ ಸೃಷ್ಟಿಮಾತೆ.
    ಮೊಗ್ಗು ಬಿರಿದು ಅರಳಿ ನಗುವ
    ಮೂಗರಿಳಿಪ ಪುಷ್ಪದಲ್ಲಿ
    ವರ್ಣವರ್ಣ ಬೆಸೆದು ಎಸೆವ
    ಮುಂಜಾವಿನ ಬಾನಿನಲ್ಲಿ
ಬಾನ್ - ಭುವಿಯನು ಕಣ್ ಬಿಡಿಸುವ
ಪಕ್ಷಿ ಸುಪ್ರಭಾತದಲ್ಲಿ
ಸೋಲರಿಯದ, ಹಾಲ್ತುಳುಕುವ
ಮಗುವ ಮಂದಹಾಸದಲ್ಲಿ
ತುಂಬಿನಿಂದೆ ಸೌಂದರ್ಯವ
ಚಿರಸುಂದರಿ ಸೃಷ್ಟಿಮಾತೆ.
    ಹಾರಿಹಾರಿ ಬಾನಳೆಯುವ
    ಬೆಳ್ಳಕ್ಕಿಯ ಸಾಲಿನಲ್ಲಿ
    ಬಾರಿಬಾರಿ ಅಲೆಯೆತ್ತುವ
    ದಡಮುತ್ತುವ ಕಡಲಿನಲ್ಲಿ
ಕಲ್ಮಶವನೇ ಕಾಣದಿರುವ
ತಾಯ ಮಮತೆಯೊಡಲಿನಲ್ಲಿ
ಸೋತ ಮನವ ಚೇತರಿಸುವ
ಅಮೃತ ಸಂಗೀತದಲ್ಲಿ
ತುಂಬಿ ನಿಂತ ಸೌಂದರ್ಯವ
ಶಾಂತಿದಾತೆ ಸೃಷ್ಟಿ ಮಾತೆ.
    ಮನಹೃದಯವ ಬಡಿದೆಬ್ಬಿಸೋ

ಕವಿಯ ಕಾವ್ಯಧಾರೆಯಲ್ಲಿ
ಕಲ್ಲೆದೆಯನೂ ಹಾಲಾಗಿಪ
ಶಕ್ತ ಮನುಜಪ್ರೇಮದಲ್ಲಿ
ದುಡಿತದಿಂದ ಫಲವ ಪಡೆದ
ಬಡರೈತನ ನಗುವಿನಲ್ಲಿ
ಒಲವನೆಲ್ಲ ಕೂಡಿ ಹೊಳೆವ
ಹೆಣ್ಣ ಕಣ್ಣ ಮಿಂಚಿನಲ್ಲಿ
ಸೌಂದರ್ಯವ ತುಂಬಿ ನಿಂತೆ
ಸೌಖ್ಯದಾತೆ ಸೃಷ್ಟಿ ಮಾತೆ.
ಬೆಟ್ಟದ ಬಳಿ ಬಳುಕಿ ನಡೆವ
ಕಿರು ತೊರೆಯಾ ನೀರಿನಲ್ಲಿ
ಮಳೆಗಾಲದ ಮಲೆನಾಡಿನ
ಹಚ್ಚಹಸಿರು ಹಾಸಿನಲ್ಲಿ
ಬಾನಿನಿಂದ ಭುವಿಗೆ ಇಳಿವ
ಜಲವರ್ಷದ ನೋಟದಲ್ಲಿ
ತುತ್ತಿನಲ್ಲೇ ಮುತ್ತು ಕಂಡು
ತೃಪ್ತಿಗೊಂಡ ಬಾಳಿನಲ್ಲಿ
ಸೌಂದರ್ಯವ ತುಂಬಿ ನಿಂತೆ
ತಲೆಬಾಗುವೆ ಸೃಷ್ಟಿ ಮಾತೆ.

49. ಕಲ್ಪನೆ

ಕಾಣದಿಹ ಲೋಕದಲಿ
ಗರಿಕಟ್ಟಿ ತೇಲಿಸುವ
ಮನ ಬಣ್ಣಗ್ಯೆವ
ವರ್ಣರಂಜಿತ ಗುಳ್ಳೆ.
ಕ್ಷಣಕಾಲದಲ್ಲೆ
ಕನಸಿನರಮನೆ ಕಟ್ಟಿ
ಕರುಣವಿಲ್ಲದೆ ಮುರಿವ
ಮಹಾಮಾಂತ್ರಿಕ.

++++++